सचिन तेंडुलकर

मास्टर ब्लास्टर

SACHIN TENDULKAR

NOW IN
MARATHI

अयाझ मेमन

इंद्रनील राय द्वारा

जयको पब्लिशिंग हाउस

अहमदाबाद बेंगलोर भोपाल भुबनेस्वर चेन्नई
दिल्ली हैद्राबाद कोलकाता लखनौ मुंबई

प्रकाशक
जयको पब्लिशिंग हाऊस
ए-2, जश चेंबर्स, 7-ए सर फिरोजशहा मेहता रोड
फोर्ट, मुंबई - 400 001
jaicopub@jaicobooks.com
www.jaicobooks.com

SACHIN TENDULKAR
सचिन तेंडुलकर
ISBN 978-81-8495-691-7

अनुवादः संजीव पाध्ये

प्रथम जयको आवृत्ती: 2015

Printed by
Repro India Limited
Plot No. 50/2, T.T.C. MIDC Industrial Area
Mahape, Navi Mumbai - 400 710

अनुक्रमणिका

प्रकाशकाचे मनोगत

क्रिकेटचा व्यासंग भारतात कमालीचा टीपेवर आहे. पण गेल्या काही काळात हा खेळ तळागाळापर्यंत पोहचला आहे. प्रेक्षकांची संख्या आणि पैशाचा आकडा ह्यांचा गुणाकारच सुरू आहे. साहजिकच आज क्रिकेटपटू चित्रपट कलाकारांच्या तुलनेत लोकप्रियतेच्या झुंजीत यशस्वी ठरताना दिसताहेत.

भारतीय आज जगाच्या कानाकोपऱ्यात पोहचल्यामुळे क्रिकेटचा प्रसारही बऱ्याच देशांमध्ये झालेला आढळतो. क्रिकेट खेळणारे देश कमी असतील पण क्रिकेट बघणारे देश आता ह्या भारतीयांमुळे वाढलेत. क्रिकेटच्या ह्या लोकप्रियतेमुळे क्रिकेट चाहत्याला खेळातली खडा न् खडा माहिती हवी. असो. त्याच्या आवडत्या खेळाडूबद्दल तर त्याला सारं काही जाणून घ्यायचं असतं.

हीच गरज ओळखून जयको पब्लिशिंग हाऊस आनंदाने संपादक अयाझ मेमन ह्यांचा क्रिकेटवाला मालिका – भारतातल्या काही लोकप्रिय आणि आदरणीय अशा क्रिकेटपट्टूंबद्दलची माहिती, भाष्य, आकेडवारी आणि बरच काही सांगणारी अशी पुस्तकांची मालिका सादर करत आहे. ही पुस्तकं चटपटीतरित्या लिहिली गेलीत. जी झटक्यात वाचूनही होतील आणि पुढील काळासाठी संदर्भ म्हणून मोलाचीही ठरतील.

अयाझ मेमन हे भारतातले, एक अनुभवी आणि वरिष्ठ क्रीडा पत्रकार आहेत. त्यांचा ह्या क्षेत्रातला ३५ वर्षांचा दांडगा अनुभव आहे. त्यांना स्मरणातही नाहीत इतके कसोटी आणि एक दिवसीय सामने त्यांनी प्रत्यक्ष

पाहिलेले आहेत. त्याशिवाय ऑलिंपिक स्पर्धा, किंबहुना टेनिस स्पर्धा आणि बऱ्याच प्रतिष्ठित आंतरराष्ट्रीय स्पर्धांचे ते साक्षीदार राहिलेत. आपल्या वैशिष्ठ्यपूर्ण आणि प्रदीर्घ कारकिर्दीत त्यांनी बरीच पुस्तकेही लिहिली आहेत. टीव्ही चॅनलसाठी ते इंग्रजी आणि हिंदी ह्या दोन्ही भाषांमधून समालोचनही करतात.

संपादकाचे मनोगत

सचिन तेंडुलकर हा आज क्रिकेटमधला देव आहे असं विधान केलं तर ते अतिशयोक्तीचं ठरू नये. तो जी २४ वर्षे खेळला त्यातला निदान वीस वर्षांमध्ये तरी तो जेथे म्हणून खेळत होता तिथे त्याने गर्दी खेचल्याचं दिसलं.

एक सर डॉन ब्रॅडमन सोडले तर तुफान लोकप्रियता मिळवणारा त्याच्या एवढा दुसरा खेळाडू अन्य खेळातही झालेला नाही. त्याची जादू स्त्री–पुरुष दोघांवर, सगळ्या वयोगटांवर आणि सगळ्या देशवासीयांवर सारखीच चालल्याचं दिसून येतं. त्याने कमालीचे परिवर्तन घडवलेले दिसलेच आणि त्याच्यामुळे भारतीय क्रिकेटचा भावही वाढला, हे निखळ सत्य आहे. अगदी आर्थिकदृष्ट्या विचार केला तरी भारतीय क्रिकेटचे मोल त्याच्यामुळे वृधिगंत झाले ह्यात शंका नाही.

क्रिकेट चाहत्यांवर सचिनचे गारुड का जमले असावे? त्याची कथा अद्भूत वाटावी अशी आहे आणि ती प्रेरणादायी सुद्धा आहे. बरेच असे खेळाडू होऊन गेले ज्यांनी लहान वयात चांगली चुणूक दाखवली होती पण वयात आल्यावर ते निस्तेज झाल्याचे जगाने पाहिले. कनिष्ठ स्तरावरून वरच्या स्तरावर झेप घेणे सोपे नसते. त्यात अनंत अडचणी असतात. फारच थोड्यांना त्यावर मात करता येते.

सचिन टायगर वूडस् आणि आंद्रे अगासी यांच्या सारखा आणि भारतातले मोजके महान खेळाडू – प्रकाश पदुकोणे, लिएंडर पेस आणि

विश्वनाथन आनंद ह्यांच्या सारखा नुसता प्रतिभाशाली निघाला नाही तर निवडलेल्या खेळातला सर्वोत्तम ठरला.

त्याची विक्रमामागोमाग विक्रम मोडण्याची झपाटावृत्ती आणि खेळावर जीवापाड प्रेम करण्याची वृत्ती त्याच्या चाहत्यांना, टीकाकारांना, संघातील सहकाऱ्यांना, प्रतिस्पर्ध्यांना, आजीमाजी खेळाडूंना सर्वांना विलक्षण भारावून गेली. त्याची मैदानावरची रसरशीत कामगिरी आधुनिक काळातील क्रीडाक्षेत्राचा मानबिंदू ठरवणारी अशी होती आणि त्याचा मैदानावरचा पोज आणि त्याचे एकूण व्यक्तिमत्त्व प्रेरणादायी ठरले असेल.

माझ्या मते वरील विधानातला जो दुसरा भाग आहे तो पहिल्या भागाइतकाच महत्त्वाचा आहे. जबरदस्त लोकप्रियता, प्रसिद्धी आणि वैभव मिळवूनही सचिन कुठल्याही वादात कधी अडकला नाही आणि आपल्या वागणुकीने सर्वांची मने जिंकून राहिला. अशा तऱ्हेने जगणे, वागणे कठीणच असते. कुणी असामान्यच हे करू जाणे. कदाचित एरव्ही अशा तऱ्हेने वेगळा रहाणाऱ्याला जगाने वेड्यात काढले असते पण सचिन जो खूप शिकलेला नाही – ह्या परिस्थितीला प्रभावीपणे हाताळताना दिसला.

बरंच काही बोलून आणि सांगून झालंय त्याच्याबद्दल. त्याच्या यशाचे मूळ त्याच्या कौशल्यात आहे. फारच थोड्यांना क्रिकेटची बॅट इतक्या सहजतेने, आक्रमकपणे, जोमाने आणि तडफेने चालवता आलेली आहे. त्याच्या नावावर कसोटीतल्या सर्वाधिक धावा (२०० कसोटीत १५९२१) आणि आंतरराष्ट्रीय एक दिवसीय सामन्यातल्या धावा आहेत १८४२६. त्याची बॅट किती भारी आहे ह्याचेच हे द्योतक आहे.

ही सगळी आकडेवारी अचंबित करणारी आहे, बऱ्याच पंडितांना वाटतेय ही आकडेवारी दुसरा कुणी गाठू शकणार नाही. आंतरराष्ट्रीय स्तरावर शतकांचे शतक ठोकणारा तो एकमेव ठरणार असा ह्या पंडितांचा

विश्वास आहे.

१९८० दशकाच्या शेवटी शेवटी उदयाला आलेल्या सचिनला मी तेव्हा पासून पहात आलोय. तेव्हा मुंबईतल्या मैदानांवर तो शारदाश्रम शाळेसाठी खेळायचा. त्यानंतरचा, पंचवीस वर्षात तो एक अद्‌भूत अशी यशोगाथा लिहून राहिलाय ह्यात शंका नाही.

कुरळ्या केसांचा आणि विक्रम मोडणारा १४ वर्षांचा एक छोकरा म्हणून त्याची सुरुवातीची ओळख होती. विलक्षण प्रतिभा आणि क्रिकेटचे वेड ही त्याची वैशिष्ट्ये होती. ह्या भांडवलावर तो काळातीत महान क्रिकेटपटू बनला. सारे काही थक्क करणारे. जबरदस्त महत्त्वाकांक्षा आणि धावांची जबर भूक बाळगणाऱ्या त्याने फलंदाजीतले बहुतेक सगळे महत्त्वाचे विक्रम मोडीत काढले. आणि एक फार मोठा वारसा त्याने मागे सोडलेला आहे.

इंद्रनील राम ह्यांनी लिहिलेले हे पुस्तक तेंडुलकरच्या यशोगाथेचा एक शोध आहे. ते पिढ्या दर पिढ्या सर्वांना आनंद देईल हे नक्की.

वाचा आणि आनंद लुटा!

– **अयाझ मेमन**

१५ ऑक्टोबर २०१३

मुंबई.

कारकिर्दीतल्या ठळक घटना

- ❖ आंतरराष्ट्रीय क्रिकेटमध्ये शंभर शतके नोंदवणारा एकमेव फलंदाज.
- ❖ आंतरराष्ट्रीय क्रिकेटमध्ये ५०हून अधिक शतके नोंदवणारा पहिला फलंदाज.
- ❖ आंतरराष्ट्रीय क्रिकेटमध्ये (कसोटी, एक दिवसीय आणि २०-२० षटके) सर्वाधिक म्हणजे ३४२७३ धावा काढणारा फलंदाज.
- ❖ आंतरराष्ट्रीय क्रिकेटमध्ये सर्वाधिक (२६४) षटकार मारणारा फलंदाज.
- ❖ तेंडुलकर हा जगातल्या ९६ मैदानांवर खेळलेला एकमेव फलंदाज आहे.
- ❖ एप्रिल १९९० ते एप्रिल १९९८ ह्या काळात सतत १८५ सामने खेळलेला सचिन हा एकमेव असा फलंदाज आहे. हा एक विश्वविक्रम आहे.
- ❖ आपले कसोटी शतक षटकाराने पूर्ण करण्याची करामत त्याने सहा वेळा करून दाखवली हाही एक विश्वविक्रम आहे.
- ❖ एक दिवसीय क्रिकेटमध्ये तो तीन वेळा ९९ वर बाद झाला. असे घडणारा तो एकमेव फलंदाज.
- ❖ एक दिवसीय क्रिकेटमध्ये सर्वाधिक ४९ शतके त्याच्या नावावर आहेत. रिकी पाँटिंग त्याच्या खूपच मागे ३० शतके काढून आहे.

१

प्रकरण

लिटिल मास्टर

मी प्रशिक्षकांना विचारले, ''तुम्ही त्यांची धावसंख्या पार कराल?'' ह्यावर प्रशिक्षक उद्गारले होते, ''आपला घोडा आहे ना?''

– संजय मांजरेकर, क्रिकेटपटू

सचिनने त्याच्या शाळेला १९८७–८८ ला गाईल्स ढाल जिंकून दिली.

जेव्हा भारताने २०११ मध्ये आयसीसी विश्वचषक क्रिकेटची स्पर्धा जिंकली तेव्हा भारतीय संघ त्यांच्या या हिरोला संस्मरणीय ठरावी अशी मानवंदना देताना साऱ्या जगाने बघितला. हा संघ मैदानाला फेरी मारत असताना सचिन तेंडुलकरला त्याच्या सर्व सहकाऱ्यांनी खांद्यावर उचलून घेतलं होतं.

तेंडुलकर काही संघाचा कर्णधार नव्हता. आणि हा विजय सगळ्या संघाचा मिळून होता. पण खेळाडूंसाठी हा विजय म्हणजे भारताच्याा महान आणि जगातल्या महानांपैकी एक अशा क्रिकेटपटूला दिलेली एक भेट होती.

सचिनचा जन्म २४ एप्रिल १९७३ चा. सचिनचे वडील हे प्राध्यापक आणि कवी. मुंबईतले एक उपनगर असलेल्या वांद्र्याच्या पूर्वेला साहित्यिक आणि कलाकारांसाठी खास बांधलेल्या साहित्य सहवास ह्या संकुलात तेंडुलकरांचा परिवार रहायचा.

तिथे रहाणाच्या बहुतेक मुलांच्या मनात खेळामध्ये कारकीर्द करायचे विचार घोळत असावेत असे वाटत नाही. पण वैभव पुरंदरे लिखित सचिन तेंडुलकर : ए डेफिनेटिव्ह बायॉग्राफी मधल्या सुरस कथेनुसार सचिनचे खेळाचे वेड तो अडीचेक वर्षाचा असताना सुरू झाले. घरात येणारी मोलकरीण प्लास्टिकचा चेंडू सचिनला टाकायची आणि तो कपडे धुण्याच्या धोक्याने चेंडू मारायचा. लक्ष्मीबाईची गोलंदाजी जशी तो फोडून काढत होता, ती पुढे आंतरराष्ट्रीय ख्यातिच्या गोलंदाजांना तो फोडणार असल्याची नांदी तर नव्हती?

सचिनचे कुरळे केस हे त्याच्या लहानपणीचे ठळक वैशिष्ट्य होते. त्याच्या अधीर वृत्तीचे आणि हुकमत गाजवण्याचे जणू ते द्योतक होते. त्याच्याकडे तेव्हा भयंकर ऊर्जा होती, तो दहा वर्षांचा असताना त्याचा थोरला भाऊ अजित त्याला शिवाजी पार्कला एक नामवंत क्रिकेट

प्रशिक्षक रमाकांत आचरेकर ह्यांच्याकडे घेऊन गेला. हेतू हा आपल्या ह्या भावाची ऊर्जा वाया जाऊ नये. आचरेकरांनी ह्या मुलाची परीक्षा घेतली आणि त्याला पुन्हा दुसऱ्या दिवशी आणायला सांगितले.

ही एका प्रदीर्घ आणि यशस्वी अशा गुरू-शिष्य संबंधाच्या प्रवासाची सुरुवात होती. असा प्रवास ज्याचा फायदा भारताला आणि जगालाही झाला.

आचरेकर सरांकडे आपल्या भावाला नेऊन अजितने – जो सचिनवर प्रभाव टाकणारा होता – जणू काही क्रिकेट विश्वालाच वेगळ्या वळणावर नेले होते. अर्थात तेव्हा सचिनचे खरे प्रेम हे टेनिसवर होते. तो स्वत: जॉन मॅकेन्शेसारखा व्हायच्या प्रयत्नांत होता. जॉनी मॅक जसा कपाळावर हेड बॅन्ड घालायचा तसाच सचिनही घालायचा. त्याचे कुरळे केस मॅकेन्सेच्या केसांशी जुळणारे होते. पण आचरेकर सरांच्या सान्निध्यात आल्यानंतर त्याचे क्रिकेटचे वेड काढले. प्रशिक्षकाने हेरले होते ह्या मुलात कमालीची प्रतिभा आणि गुणवत्ता आहे. ज्या शाळेसाठी ते क्रिकेट प्रशिक्षक होते त्या शारदाश्रम शाळेत सचिनचे नाव घातले जावे असा सल्ला त्यांनी दिला. ह्यामुळे त्यांच्या नजरेसमोर सचिन रहाणार होता आणि सचिनसाठी घर ते मैदान फेऱ्या मारण्यात जाणारा त्याच्या घरच्यांचा वेळ वाचणारा होता.

ह्यानंतर मागे वळून पहाणे झाले नाही.

मुंबईत दोन आंतर शालेय, क्रिकेट स्पर्धा तेव्हा चालायच्या, गाईल्स शिल्ड (१५ वर्षांखाली) आणि हॅरिस शिल्ड (१७ वर्षांखाली), तेरा वर्षांच्या सचिनने ह्या दोन्हींचे विजेते पद शारदाश्रमकडे आणले होते

सचिन आणि त्याचा सहकारी कांबळी यांनी हॅरीस ढाल या स्पर्धेच्या सामन्यात ६६४ धावांची ऐतिहासिक भागी केली. ▶

BOMBAY UNDER-19'S
1987-88

आणि १९८६ मध्ये पत्रकार सुनील वॉरियरने मिड डे ह्या सायंदैनिकासाठी लिहिले होते : (सचिनची ही कुठल्याही दैनिकासाठी दिलेली पहिली मुलाखत होती) सचिनने ४२ आणि १५० धावा काढल्या होत्या आणि पहिल्या डावात ४० धावांत २ आणि दुसऱ्या डावात ५७ धावा देत २ बळी घेतले होते. शारदाश्रम विद्यामंदिर विरुद्धचा अंतिम सामना जिंकून देत आपल्या शाळेला हॅरीस शिल्ड मिळवून दिली होती. गाइल्स शिल्डच्या, अंतिम सामन्यात डॉन बॉस्को विरुद्ध त्याने दोन्ही डावांत अर्धशतके झळकवली होती आणि एक बळी मिळवला होता. तो तेव्हा तेरा वर्षाचा होता. १९८६ मध्ये त्याची मुंबईच्या १५ वर्षांखाली आणि पश्चिम विभागाच्या १५ वर्षाखाली अशा दोन्ही संघांत निवड झाली होती.

हायलाइट

सचिनचे वडील हे प्राध्यापक आणि कवी होते. मुंबईतल्या वांद्रे येथील साहित्यिक आणि कलकारांसाठी खास बांधलेल्या साहित्य सहवास या संकुलात तेंडुलकरांचा परिवार रहायचा.

क्रिकेटने त्याचे आयुष्य व्यापलं होतं खरं पण टेनिस अजूनही पुरतं मावळलं नव्हतं. बिजोर्न बोर्ग त्याला आवडायला लागला होता आणि बोर्गची कोर्टवरची वागणूक त्याच्यावर प्रभाव टाकून होती. कॅरियर ह्यांनी पुढे हेही म्हटलं होतं, ''सचिनचा तेव्हा आवडता गायक मायकल जॅक्सन होय आणि त्याला संगीताची विशेष आवड होती.''

१९७८-८८ च्या मोसमात गाईल्स शिल्डच्या अंतिम सामन्यात

सचिनने जबरदस्तरित्या आपल्या शाळेला विजय मिळवून दिला होता. त्या खेळाची आठवण आजही क्रिकेट शौकीन काढत असतात. अंजुमन ए. इस्लामने प्रथम खेळताना आझाद मैदानावर चारसे धावा काढल्या होत्या. शारदाश्रमची लगेचच हालत ३ बाद ४० अशी झाली होती. स्वत: क्रिकेटपटू राहिलेला आणि सचिनच्या वेळच्या संघात क्रिकेटपटू राहिलेला आणि आता समालोचक झालेला संजय मांजरेकर तेव्हाची गोष्ट सांगतो. त्याने शारदाश्रमच्या प्रशिक्षकांना विचारले ''काय तुम्ही त्यांची धावसंख्या पार कराल?'' ह्यावर प्रशिक्षक उच्चारले होते ''आपला घोडा आहे ना?''

आणि त्या घोड्याने त्या दिवशी विजयश्री खेचलीच.

मी तेव्हा लिहिलं होतं ''सचिनची पहिली गुणवत्ता दर्शवणारी ओळख मला तो आंतरराष्ट्रीय स्तरावर खेळायच्या बरोबर दीड वर्ष आधी झाली. १९६६ मध्ये मी क्रिकेटवर क्लब ऑफ इंडियाच्या, मैदानावर एका शाळेय सामन्यात त्याची फलंदाजी बघायला गेलो होतो. तोवर त्यात त्याचे आगमन झाल्याचे आधीच दर्शवले होते. आपला शाळकरी सोबती विनोद कांबळी बरोबर त्याने केलेल्या ६६४ धावांच्या भागीदारीने त्यांना विस्डेन क्रिकेटियर्स अलमनॅकमध्ये स्थान मिळाले होते.

''मी तेव्हा भारतीय कर्णधार दिलीप वेंगसरकर बरोबर सी.सी.आय. ला सामना बघण्यासाठी जात होतो.. ''हा पोरगा आणखी एका शतका जवळ आहे''. वेंगसरकर मला सांगत होता. मी मैदानावर पोहचेपर्यंत सचिनने शतक पार केलेलं होतं आणि आता प्रत्येकवेळी चेंडू तो बॅटच्या मधोमध घ्यायला लागला होता. त्याचे हे रूप पाहन प्रतिपक्षाचे संघरक्षक अगदी थिजले होते आणि त्यांनी आपली शरणचिठ्ठी जवळ पास लिहिली होती.

तेव्हा मुंबई आणि मुंबईचे शिवाजी पार्क हे क्रिकेटचे ऊर्जास्त्रोत मानले

जात होते. खुद्द सचिन म्हणाला होता ''क्रिकेटपटू घडवण्यासाठी लागणारे सारे काही मुंबईत उपलब्ध आहे. खेळासाठीचे पोषक वातावरण, दर्जेदार प्रशिक्षक, श्रेष्ठ खेळाडू जे सल्ला द्यायला नेहमी तत्पर असतात, खरे पुरस्कर्ते आणि सर्वात महत्त्वाचे म्हणजे क्रिकेटप्रेम हे सारं काही इथं आहे.''

२४ फेब्रुवारी १९८८ ह्या दिवशी कांबळी आणि सचिनने नाबाद ६६४ धावांनी ती ऐतिहासिक भागीदारी हॅरिस शिल्ड स्पर्धेत सेंट झेव्हियर्स विरूद्ध केली. सचिन ३२६ आणि कांबळी २४९ धावा काढून नाबाद होते. भागीदारीचा सर्वोच्च विक्रम ह्या जोडीने नोंदवला होता खरा. पण इतिहासाचे जतन न करण्याची भारतीय खोड इथेही नडली. २०१३ मध्ये अपुऱ्या जागेचे निमित्त करत जुने धावफलक आणि नोंदवह्यांची विल्हेवाट लावली गेली. त्यात ह्या भागीची नोंद असलेली वही सुद्धा होती. असो.

काहीही झालं तरी एका अफलातून प्रतिभाशाली असलेल्या क्रिकेटपटूच्या आंतरराष्ट्रीय पदार्पणासाठीचे व्यासपीठ तयार झाले होते आणि भारताचे क्रिकेटमधले भवितव्यही आता बदलणार होते.

२

प्रकरण

दणकेबाज आरंभ

“ मी मार खाल्ला तर मी लवकर शिकेन

– सचिन तेंडुलकर

जेमतेम पंधरा वर्षांचा झाला असताना सचिनने सर्वांचे लक्ष वेधून घेतले होते. असा प्रकार सर्वांच्या बाबतीत घडत नाही. १९८८ साली माजी क्रिकेटपटू मिलींद रेगेने लिहिलं होतं. सी.सी.आयच्या मुंबई संघासाठी सचिनची राखीव म्हणून झालेली निवड रेगेला विशेष वाटली होती. त्याने आणि हेमंत केंकरे ह्यांनीच सचिनचे नाव निवड समितीला वास्तविक सुचवले होते. पुढे सी.सी.आयचे नियम १५ वर्षाच्या एका पोराला संधी देण्यासाठी बदलण्याची वेळ व्यवस्थापनावर आली. ह्याआधी अति दडपणाखाली बरेच तरूण आणि होतकरू खेळाडू संपल्याची उदाहरणं घडली होती. पण मिड डे मध्ये रेगे यांनी आपल्या लेखात म्हटले होते, ''सी.सी.आयचे तथाकथित क्रिकेट पंडित तोंडघशी पडलेत. कोवळ्या सचिनने कुठल्याही तऱ्हेचे दडपण न दाखवता खेळ केला आणि तो एखाद्या सराईत आणि मोठ्या व्यक्तीसारखा खेळताना दिसला.''

ह्यानंतर सचिनची मुंबईच्या रणजी चमूत निवड करायचा निर्णय घेतला गेला. आणि त्याला थेट अकरा जणांत स्थान देताना फलंदाजीसाठी चौथा क्रमांक दिला गेला होता. आता सर्वांना उत्सुकता लागून राहिली होती ती ह्याची की सचिन खऱ्या क्रिकेटचं दडपण कसं काय स्वीकारले? हे काही शालेय पटावरचे क्रिकेट नव्हते किंवा अमुक एक वर्षाखाली वगैरे अशा तऱ्हेची स्पर्धा नव्हती. आता त्याची खरी कसोटी होती, त्याच्या खंबीरतेचा कस वागणार होता. रेगेने १९८८ मध्ये तेव्हा लिहिलं होतं ''मला सर्वात काय आवडलं असेल तर सचिन मोठ्यांच्या बरोबरही बिनधास्त वावरतोय. आताही संघात असे खेळाडू आहेत जे ह्या स्तरावरचे क्रिकेट खेळायचे दडपण घेऊन आहेत.'' तेंडुलकरने जणू काही आव्हान स्वीकारलं होतं आणि गुजराथच्या गोलंदाजांना तो परिणामकारकरित्या तोंड देत होता. त्याने रणजी पदार्पणात शतक नोंदवलं. वयाच्या पंधराव्या वर्षी असा पराक्रम करणारा तो सर्वात लहान वयाचा भारतीय फलंदाज ठरला होता. त्यांचे सगळ्यांनी कौतुक केलं होतं.

१९८८ च्या जुलैमध्ये सचिन एव्हाना १७ वर्षाखालच्या संघाबरोबर इंग्लंडमध्ये क्रिकेट खेळायला रवाना झाला होता. त्याच्या प्रतिभेला पंख फुटत असताना तो अनुभवानेही समृद्ध होत होता. नंतरचे रणजी सामने कठीण असे होते. पण जे काही घडत होतं ते त्याच्या भविष्याच्या दृष्टीने शिदोरी सारखे होतं. त्याचा उपयोग त्याला पुढे होणार होता. ह्या सगळ्या गडबडीत तो १९८९ च्या मार्च मध्ये दहावीच्या परीक्षेलाही बसला आणि उत्तीर्ण झाला.

त्याच्या घरच्यांना वाटत होतं की सचिनने पुढेही शिकावं आणि कॉलेजला जावं – शेवटी त्याचे वडील प्राध्यापक होते आणि महान क्रिकेटपटू सुनील गावस्करने सुद्धा त्याला हाच सल्ला दिला होता. सचिन त्याच्या वडलांच्याच कॉलेजात म्हणजे किर्ती कॉलेजात जायला लागला. पण त्याच्या आंतरराष्ट्रीय कारकीर्दीमुळे त्याला पुढे जाता आलं नाही. तोवर त्याने स्थानिक क्रिकेटमधला सगळ्या स्पर्धांमध्ये शतके झकळवून झाली होती. तीही पदार्पणात. आणि तो भविष्यातला एक महान क्रिकेटपटू ठरणार ह्याची चाहूल अनेकांना लागली होती.

असं असूनही १९८९ च्या वेस्ट इंडिज दौऱ्यासाठी त्याची निवड झाली नव्हती आणि मी लिहिलं होतं ''पोरगं सपशेल निराश झाल्याचं दिसत होतं.'' निवड समिती त्याला माल्कम मार्शल आणि कर्टनी वॉल्श सारख्या भयानक वेगवान गोलंदाजांकडून दूर ठेवायला बघत होती. पण त्यांचे हे कारण सचिनला पटले नव्हते. त्याचे म्हणणे असे होते ''मी मार खाल्ला तसा मी लवकर शिकेन'' इतका तो खेळायला उत्सुक होता.

१९८९ च्या नोव्हेंबर मध्ये कराचीला पाकिस्तान विरूद्धच्या मालिकेत सोळा वर्षीय तेंडुलकरने कसोटी पदार्पण केले. ▶

१९८९ मध्येच सोळा वर्षाच्या तेंडुलकरने पाकिस्तान विरूद्धच्या मालिकेत कराचीला आंतरराष्ट्रीय पदार्पण केले. त्याने १५ धावा केल्या आणि वकार युनूसच्या चेंडूवर तो त्रिफळाचीत झाला होता. वकारची सुद्धा ती पदार्पणाची कसोटी होती. युनूस नंतर म्हणाला, ''मला आठवतयं, त्यावेळेला त्याला गोलंदाजी करताना मला आणि इतर आमच्या संघातल्या गोलंदाजांना त्याची सर्वात कुठली गोष्ट वेधून गेली असेल तर त्याचा आत्मविश्वास. नुकताच शाळेतून बाहेर पडलेला हा पोरगा कमालीचा आत्मविश्वास बाळगून खेळत होता. मी त्याला काही उसळते चेंडू टाकले. पण त्याच्यावर त्याचा काहीही परिणाम झाला नव्हता.''

हायलाइट

सचिन तेंडूलकर १५ वर्षांचा असताना त्याची निवड करण्यासाठी सीसीआयला नियमांमध्ये बदल करावे लागले.

सियालकोटला शेवटच्या कसोटीत तर सचिनच्या तोंडावर वकारचाच उसळता चेंडू बसला होता. पण त्याने कुठलेही वैद्यकीय उपचार घेण्याचे टाळले होते. आणि शर्टावरचे रक्ताचे डाग तसेच ठेऊन फलंदाजी सुरू ठेवली होती. पुढचाच चेंडू त्याने सीमारेषेकडे धाडला होता. शेवटी इम्रान खानच्या चेंडूवर तो ५७ धावांवर असताना झेलबाद झाला होता. त्याच्या आंतरराष्ट्रीय क्रिकेटचा पाळणा अशा तऱ्हेने हलला.

पाकिस्तान विरूद्धच्याच पहिल्या एक दिवसीय सामन्यात तो शून्यावर बाद झाला होता. आणि त्याला नंतरच्या दोन्ही एक दिवसीय सामन्यांसाठी

निवडले गेले नव्हते. पण पाकिस्तान मधल्या मालिकेने सचिनचा मार्ग पक्का केला होता. त्याची स्वत:बद्दलची आणि त्याच्या बद्दलची इतरांची साशंकता मिटली होती. तो उज्ज्वल भवितव्य घेऊन आहे ह्याची खात्री सर्वांना पटली होती.

१९९० च्या सुरुवातीला भारतीय संघ न्यूझीलंड दौऱ्यावर गेला होता. ह्या संघाची निवड एकदम धक्कादायक होती. – दिलीप वेंगसरकर, रवी शास्त्री आणि के. श्रीकांत ह्यांना वगळण्यात आले होते. मोहम्मद अझरुद्दीनचा हा संघ तरणाबांड होता, पहिल्या इब्राईस्ट चर्च इथल्या कसोटीत भारतीय संघाची आणि सचिनचीही कामगिरी खास झाली नव्हती. (सचिन शून्यावर बाद झाला होता. कसोटीतला त्याचा हा पहिला भोपळा होता) नेपियर इथल्या दुसऱ्या कसोटीतही भारतीय फलंदाजी ठेपाळली होती. पण सचिन नेटाने खेळला होता, दिवस अखेरीस ८० वर लेना बाद होता.

कसोटीत सर्वात लहान वयात शतक झळकवण्याचा पाकिस्तानच्या मुस्ताक मोहम्मदचा विक्रम तो मोडणार का? हा प्रश्न उत्सुकतेचा बनला होता. मुस्ताक तेव्हा १७ वर्षाहून थोडाच मोठा होता. सचिन तर अद्याप १७ वर्षाचा झाला नव्हता. दुसऱ्या दिवशी सचिनने दोन सणसणीत चौकार मारले. तो या विक्रमापासून केवळ बारा धावा दूर असताना जॉन राईटने त्याचा झेल पकडला, सचिन तंबूत परतला आणि मग रडायला लागला.

अर्थात योद्धा कधीच नाऊमेद होऊन बसत नाही. फार काळ तर नाहीच नाही. नंतर झालेल्या एकदिवसीय सामन्यात सचिन आणि कपिल देवनी जोरदार फटकेबाजी केली आणि भारताला विजय मिळवून दिला.

ह्यानंतर सचिन समोर होती इंग्लंड येथील कसोटी. तेच इंग्लंड जिथे

सचिनने १७ वर्षाखालच्या संघाकडून खेळताना आपण मोठे झाल्याचे दर्शवले होते. भारतीय संघ सरावाचे सामने खेळत असताना इंग्लंडचा माजी कर्णधार ख्रिस कौल्ड्रे म्हणाला होता, ''कोवळा सचिन जोमात दिसतोय, तो अवघा १७ वर्षाचा आहे हे पटतच नाही.'' ब्रिटीश प्रसार माध्यमे ह्या नव्या पोराबद्दल एवढे प्रभावित झाले होते की ते त्याला ''टीन टेरर'' म्हणत होते आणि त्याची तुलना त्याच्या कुरळ्या केसांमुळे महान फुटबॉलपटू मॅराडोनाशी करायला लागले होते.

लॉर्डस् येथली पहिली कसोटी मात्र सचिनच्या धुवाँधार फटकेबाजीने नव्हे तर त्याने घेतलेल्या एका थक्क करण्याऱ्या झेलाने गाजली होती. दुसऱ्या डावात इंग्लंडची धावसंख्या २ बाद २५० होती आणि जवळपास ४० यार्ड धावत त्याने ॲलन लॅम्बचा तो झेल पकडला होता. खाली वाकत हात ताठ ठेवत त्याने जबरदस्त थरार निर्माण केला होता. सचिनच्या जबाबदारीपूर्ण फलंदाजीनंतरही भारताला मात्र ही कसोटी गमवावी लागली होती.

त्याला पुढची संधी ओल्ड ट्रॅफर्डला कसोटी खेळताना मिळणार होती.

३

प्रकरण

मनं जिंकली

“ सचिन बर्फाच्या गोळ्यासारखा थंड वाटतोय.

– समालोचक हेन्री ब्लोफेल्ड

१९९० च्या इंग्लंड दौऱ्याने छोट्या सचिनला बरेच काही शिकवले. आंतरराष्ट्रीय क्रिकेट नेमके कसे असते. खेळपट्ट्या आणि वातावरणातले बदल आणि विविध देशांमध्ये क्रिकेट कसे खेळायचे ह्या सगळ्या गोष्टींची त्याला कल्पना करून देणारा असा हा दौरा होता. पहिल्या कसोटीत त्याची सुरुवात त्याला साजेशी झाली नाही. पण नंतर प्रत्येक फलंदाजाला ज्या गोष्टीची आस असते असे कसोटी शतक त्याला लाभले – इंग्लिश गोलंदाजांनी त्याच्यावर तुफानी मारा केला होता. विशेष करून त्याच्या खांद्यापर्यंत उसळतील असे चेंडू त्याच्यावर सोडले गेले. पण तेंडुलकर खंबीरपणे उभा राहिला, असं वैभव पुरंदरे ह्यांनी तेंडुलकरच्या चरित्रात्मक पुस्तकात लिहिलयं.

तो ९८ वर होता आणि तीन धावा काढण्यासाठी तो सुसाट धावला आणि अशा तऱ्हेने १७ वर्षे ११२ दिवसांचे वय असताना तो जगातला दुसऱ्या क्रमांकांचा सर्वात लहान वयातला कसोटी शतकवीर ठरला. मँचेस्टरच्या ओल्ड ट्रॅफड् मैदानावर त्याचे हे शतक लागले. त्याला ह्या पराक्रमाबद्दल ५०० पौंड, शॅम्पेनची बाटली, जी पिण्यासाठी तो अगदीच लहान होता आणि सामनावीर पुरस्कार अशी बक्षीसं मिळाली. तेंडुलकरचा हा पराक्रम साजरा करण्यासाठी क्रिकेटमधले सर्व महारथी उपस्थित होते – तो हसला आणि त्याने बॅट उंचावली होती. हे दृश्य ह्यापुढे जग वारंवार बघणार होतं. पण कुणाला ठाऊक होतं सचिन सर्वाधिक धावा आणि शतकांचा धनी बनणार आहे? त्याला सर्वात लहान वयात शतकवीर होण्यापासून वंचित ठेवणारा विक्रम तेव्हढा मुस्ताक मोहम्मद त्याच्यापासून वाचवू शकला होता.

१९९१–९२ मध्ये भारताने ऑस्ट्रेलियाचा दौरा केला. ह्या वेळेस्तोवर सर्वांना सचिनच्या गुणवत्तेची महती समजली होती. 'वंडर बॉय' म्हणून ओळखला जाणारा हा, आता मुलगा राहिलेला नाहीये तर त्याच्याकडे

कमालीची परिपक्वता आहे आणि तो अफाट काही करू शकेल याची सर्वांना कल्पना आली होती. पर्थच्या शेवटच्या कसोटीत सचिनने निव्वळ त्याचे तिसरे कसोटी शतकच नोंदवले नाही तर त्याने भारतालाही प्रतिकूल परिस्थितीतून बाहेर काढले होते. मी त्या मैदानावरूनच मिड डे साठी वृतांत देताना लिहिलं होतं, ''भारतासाठी शेवट कठीण होता पण तेंडुलकरने मात्र ऑस्ट्रेलियाचा आनंद आपल्या बेफाम फलंदाजीने हिरावून घेतला होता.''

आता, सचिनची केवळ भारतीय संघातील नव्हे तर विश्वक्रिकेटमधली जागा पक्की झाली होती. त्यामुळे जेव्हा १९९२ मध्ये भारतीय संघ विश्वचषक स्पर्धेत उतरला तेव्हा ह्या संघाकडून सर्वांच्या अपेक्षा वाढल्या होत्या. पण सचिनच्या बऱ्यापैकी कामगिरी नंतरही – तीन अर्ध शतकांसह त्याने २८० धावा जमवल्या होत्या – भारताची कामगिरी खास झाली नव्हती. खेळाडूंना सातत्यपूर्ण कामगिरी करता आली नव्हती. अझर आणि सचिन ह्यांनी एकत्रपणे ह्या आधी चांगल्या भागीदारी केल्या होत्या. पण तीच जादू त्यांना ह्या स्पर्धेत जमली नव्हती. इमरान खानच्या शिस्तबद्ध नेतृत्वाखाली पाकिस्तानने विश्वचषक पटकावण्याची किमया साधली होती.

यॉर्कशायर ह्या इंग्लिश कौंटी सोबत काही काळ खेळून १९९२ च्या अखेरीस सचिन दुलिप करंडक स्पर्धेत खेळला आणि मग दक्षिण आफ्रिकेत खेळायला गेला. बावीस वर्षानंतर दक्षिण आफ्रिकेबरोबरचे क्रीडासंबंध सुरू झाले त्याचा भाग असलेला असा हा दौरा होता. वर्णद्वेष पाळल्याबद्दल क्रीडा बहिष्कार सोसण्यात ही बावीस वर्षे गेली होती. पुरंदरे त्यांच्या पुस्तकात सांगतात त्यानुसार सचिन बद्दलच्या अपेक्षा आता काहीच्या

कसोटीत १000 धावा काढणारा सचिन सर्वात तरूण क्रिकेटपटू ठरला. ▶

काही उंचावलेल्या होत्या. त्याने नव्वद धावा केलेल्या चालत नव्हत्या. त्याने प्रत्येक वेळेला शतकच नोंदवायला हवे अशी अपेक्षा असायची. पण कर्णधार अझरने भाष्य केले होते. सचिन वगळता संघात, इतर कुठलाही फलंदाज शंभर टक्के त्याचे योगदान देताना दिसत नाही, ही चिंतेची जाब आहे. इतरांनीही आता धावा केल्या पाहिजेत.

अझरच्या योजनेनुसार मात्र तसे काही घडले नाही. सचिन जरूर खेळला. पण बाकीचे ढेपाळले. जोहान्सबर्गच्या दुसऱ्या कसोटीत सचिनच्या फलंदाजीमुळे आणि आनंद कुंबळेच्या गोलंदाजीमुळे हरणारी कसोटी भारताला अनीर्णित राखण्याचे समाधान मिळाले होते. सचिन ३७२ मिनीटे खेळपट्टीवर टिकला होता. त्याने शतक झळकवत कसोटीतला हजार धावांचा टप्पाही गाठला होता. सर्वात लहान वयात हजार कसोटी धावा करण्याचा मान त्याला मिळाला होता.

हायलाइट

सचिनने फेब्रुवारी १९९३ च्या चेन्नई कसोटीत १६२ धावा केल्या. २० वय पूर्ण होण्याआधी कसोटी सामन्यात ५ शतकं करणारा तो पहिला ठरला.

भारताची एक दिवसीय सामन्यांच्या मालिकेतली कामगिरीही निस्तेज झाली. सचिन सुद्धा विशेष काही करू शकला नव्हता. कर्णधार अझरूद्दीनवरचे दडपण आता वाढले होते आणि १९ वर्षीय सचिनवरचेही काही करून दाखवेल तर तो सचिनच अशी सर्वांची धारणा झाली होती. सुनील गावस्करने देशाला आवाहन केलं होतं सचिनवर दडपण टाकू नका. त्याला त्याच्या मनाजोगतं खेळू द्या.

वर्ष संपताना सचिनकडे अधिक जबाबदारी सोपवायचे विचार सर्वांना सुचायला लागले होते. त्याला निदान उपकर्णधार करायचं घाटत होतं. ऑस्ट्रेलियाच्या ॲलन बॉर्डरने सचिनवर अकाली अधिक जबाबदारी टाकण्याची चूक करू नका असा इशारा दिला होता. त्याचं म्हणणं असं किशोरवयीन खेळाडू काही वेळा त्यांच्या वयानुसार वागतात. पण तेंडुलकर कधीच बालिशपणे वागला नाही. खेळला नाही. आपल्या प्रतिभेला न्याय देत त्याने किशोरवयीन असून ही आपण वेगळे असल्याचे दाखवून दिले होते.

१९९३ च्या जूनमध्ये भारतीय संघ श्रीलंकेच्या दौऱ्यावर जायला निघाला त्या संघाचा उपकर्णधार म्हणून सचिनची निवड झाली होती. इथेही गोष्ट लक्षात घ्यायला हवी त्या संघात त्याच्यापेक्षा वयाने मोठे आणि अनुभवी असे बरेचजण होते. पण त्याच्या निवडीचे स्वागत खुल्या दिल्याने त्याच्यापेक्षा ज्येष्ठ खेळाडूंनी केले होते. तिसऱ्या कसोटीत तर कर्णधार अझर फ्ल्यूमुळे खेळू न शकल्याने सचिनला नेतृत्व करायचीही संधी मिळाली होती. पण एकंदरीत मालिका खराब हवामान आणि पंचांच्या वादग्रस्त निर्णयांनी बिघडली.

नंतर कोलकत्त्याला ईडन गार्डन्स मैदानावर हिरो चषक स्पर्धेच्या उपांत्य सामन्यात दक्षिण आफ्रिकेविरूद्ध भारताला चांगली सुरुवात लाभली नव्हती. भारताचे चौघेजण धावबाद झाले होते. सचिनला अवघ्या १५ धावा काढता आल्या होत्या. एकट्या अझरच्या ९० धावांनी लाज राखली होती. आणि भारताला जेमतेम १९५ धावसंख्या गाठता आली होती. आता भारतीय गोलंदाज आणि क्षेत्ररक्षकांना कसून मेहनत करणे गरजेचे होते. दक्षिण आफ्रिकेने सावध सुरुवात केली होती. आणि शेवटच्या षटकात त्यांना विजयासाठी सहा धावांची गरज होती. आता शेवटचे षटक कुणाला द्यायचे हा प्रश्न महत्त्वाचा बनला होता. संघातल्या

अनुभवींनी कपिलदेवला ते द्यावे असे मत प्रदर्शित केले होते. कारण कपिलदेव हा सर्वात अनुभवी गोलंदाज होता. पण सचिनने चेंडू हातात घेऊन आपण गोलंदाजी करणार असल्याची इच्छा प्रगट केली.

त्याच्या पहिल्या चेंडूवर फॅनी दि व्हिलियर्सने एक धाव काढली आणि दुसरी काढण्याच्या प्रयत्नात तो धावबाद झाला होता. त्यानंतरच्या ॲलन डोनाल्डला सचिनने तीन मंद गतीचे चेंडू टाकले. एकही धाव त्यावर निघाली नाही. पाचव्या चेंडूवर डोनाल्डला एक धाव मिळाली. शेवटच्या चेंडूवर दक्षिण आफ्रिकेला एका चौकाराची गरज होती. आणि त्याचा अष्टपैलू भीमकाय ब्रायन मॅकमिलन खेळायला होता, सामन्याचे समालोचन करणारा हेन्री ब्लोफेल्ड तेव्हा म्हणाला होता, ''सचिन बर्फाच्या गोळ्यासारखा थंड वाटतोय.''

डोनाल्ड आणि मॅकमिलन ह्यांची आपापसात बातचीत झाली. सचिनने आपल्या क्षेत्ररचनेत फिरवाफिरवी केली. त्याने यष्टीरक्षक विजय यादवला यष्टीमागे तीस यार्ड परीघाच्या ठिकाणी उभे रहायला सांगितले. बॅटच्या आतल्या कडेला लागून चेंडू जायला लागला तर तो तिथे त्याला अडवता येईल ही त्यामागची भूमिका होती आणि झाले तसेच मॅकमिलनच्या बॅटच्या आतल्या कडेला लागून चेंडू जायला लागला यादवने तो रोखला. अवघी एक धाव निघाली होती. सचिनने जल्लोषात हात उंचावले होते. आणि अवघे ईडन गार्डन्स आणि भारत आनंदात न्हाऊन निघत होते.

सचिन तेंडुलकरच्या अफाट कर्तृत्वाने तो दिवस गाजवला होता.

४

प्रकरण

संसारी गृहस्थ

“ तो माझ्यावर अवलंबून आहे.

– सचिनची पत्नी, अंजली तेंडुलकर

१९९५ च्या मे मध्ये सचिन तेंडुलकर अंजली मेहताशी विवाहबद्ध झाला. बावीस वर्षाचा सचिन तेव्हा आंतरराष्ट्रीय ख्याति मिळवून होताच. अंजली वयाने त्याच्यापेक्षा सहा वर्षांनी मोठी होती आणि व्यवसायाने पेडिऑट्रिशियन. मुंबईतल्या एका खानदानी कुटुंबात जन्मलेल्या अंजलीचे वडील आनंद मेहता हे उद्योगपती तर आई ॲनाबिटल ही फिलिआथ्रापीस्ट. १९९० पासून ही दोघं एकमेकांना ओळखत होती. अंजलीचे वडील क्रिकेटचे चाहते पण अंजलीला मात्र कुठल्याच खेळाची माहिती नाही अशी परिस्थिती. दोघांनी आपले प्रेमसंबंध जाहीर होणार नाहीत ह्याची काळजी घेतलेली होती. सचिन बऱ्याच वेळा तिला भेटायला जाताना वेष बदलायचा. पण एकदा त्याच्या चिकटवलेल्या दाढीने घात केला. ती सटकली आणि आजूबाजूच्यांना लक्षात आले सचिन सिनेमा बघायला आलाय. लगेचच चाहत्यांचा गराडा त्याच्याभोवती जमला. कशीबशी सुटका करत ह्या दोघांनी चित्रपट अर्ध्यावर सोडून तिथून पलायन केले.

वैभव पुरंदरेंनी त्यांच्या पुस्तकात म्हटलंय, सचिनने अंजलीला गळ घातली की तिने त्याच्या आई वडिलांना विवाहाबाबत कल्पना द्यावी. बहुधा तो लाजाळू असल्याने असेल किंवा तो त्याच्या कुटुंबाच्या चाकोरीबद्ध विवाह ठरवून करायच्या परंपरेतून बाहेर पडत असल्याने असेल त्याने अंजलीला पुढाकार घ्यायला सांगितला होता.

विवाह सोहळा खास तेंडुलकर पद्धतीने झाला. २५ मे या दिवशी आधी जवळचे नातेवाईक आणि स्नेही ह्यांच्या उपस्थितीत धार्मिक विधी झाले. तरीसुद्धा देशातल्या सर्वात लोकप्रिय क्रिकेटपटूचा हा विवाह असल्याने चाहत्यांची मर्जी लक्षात घेऊन दक्षिण मुंबईतल्या वरळी येथील नेहरू विज्ञान केंद्रामध्ये स्वागत समारंभ आयोजला गेला होता. आणि कुणीही नाराज होऊ नये ह्यासाठी त्याच्या कॉलनीतल्या मित्रांसाठी एक छोटा (पार्टी) समारंभही ठेवला होता.

त्यावेळेला पाकिस्तानचा क्रिकेटपटू इम्रान खान ह्याचा ब्रिटीश सौंदर्यवती जेमिमा गोल्डस्मिथ बरोबर झालेल्या विवाहाची सचिन-अंजलीच्या विवाहाशी तुलना बरेच जण करत होते. दोघांचे सोहळे जगभर गाजले. अनेकांनी पाहिले. दोघेही क्रिकेटपटू. अंजली आणि जेमिमा दोघींच्याही आईची नावं ॲनाबेला. ह्या दोघीजणी ब्रिटीश. बस. ही तुलना इथेच संपत होती. पण तेंडुलकर – मेहता ह्यांचा विवाह सोहळा पत्रकार आणि छायाचित्रकारांकडून पाठलागाचा नमुना नसला तरी ह्या मंडळीनी प्रयत्न मात्र खूप केले होते. मिड डे मध्ये स्वत: तेंडुलकरने म्हटले होते ''हा सर्वस्वी खाजगी सोहळा होता. बडेजावपणा दाखवण्याचा सोस ना मला आहे ना अंजलीला. अंजलीला तर ह्या गोष्टीचे वावडे आहे.'' एका सॅटेलाईट टीव्ही चॅनलकडून ह्या सोहळ्याच्या चित्रिकरणासाठी घसघशीत रकमेची आलेली मागणी (ऑफर) सुद्धा सचिनने धुडकावली होती.

सचिन ज्या परिसरात वाढला त्याच साहित्य सहवास मधल्या एका नव्या फ्लॅट मध्ये तेंडुलकर परिवार स्थलांतरीत झाला. दक्षिण मुंबईतल्या ब्रीच कॅण्डी सारख्या उच्चभ्रूंची वस्ती असलेल्या भागात जरी अंजली लहानाची मोठी झालेली होती तरी तिला सचिनच्या आईवडलांचा फ्लॅट असलेल्या खालच्या मजल्यावरच्या फ्लॅटमध्ये सचिन सोबत रहायला काहीच वाटले नाही. काही वर्षांनी हे जोडपं बांद्र्याच्या पश्चिम भागातल्या एका अपार्टमेंट मध्ये रहायला गेले.

१९९७ मध्ये त्यांचे पहिले अपत्य सारा ही कन्या जन्मली तर १९९९ मध्ये पुत्र अर्जुनचा जन्म झाला.

त्यांचे पहिले अपत्य सारा १९९७ मध्ये जन्मली. मुलगा अर्जुन १९९९ मध्ये जन्मला.

▶

विवाहोत्तर अंजलीने आपल्या व्यवसायाला रामराम ठोकला. एका लोकप्रिय क्रिकेटपटूची पत्नी होऊन रहाणे हेच मोठे दिव्य असल्याने अंजलीचा हा निर्णय योग्य होता. ''तो माझ्यावर अवलंबून आहे'', असं ती सांगत राहिली. विवाहबद्ध व्हायच्या आदल्या दिवसापर्यंत ती सरकारी अशा जे. जे. इस्पितळात काम करत होती. पण विवाहानंतर तिने सर्वस्वी आपल्या पतीला आणि पुढे मुलांना वेळ देणे पसंत केले. ह्या निर्णयाचा तिला कधी खेद वाटला नाही की पस्तावा झाला नाही. बऱ्याचदा ती आपल्या पतीला प्रोत्साहन देण्यासाठी सामना बघायला स्टेडियमवर जातानाही दिसली.

१९९५ मध्ये सचिनने भारतीय क्रीडा क्षेत्रात विक्रमी ठरेल अशा करारावर स्वाक्षरी केली. माजी कसोटीपटू रवी शास्त्रीने त्याची ओळख मार्क मस्कारन्हस् या बिजनेसमनशी करून दिली होती. मार्क मनाने मोकळा आणि द्रष्टा म्हणावा असा होता. त्याने सचिन साठी पाच वर्षांचा करार करून दिला. ह्या कराराद्वारे त्याला त्या काळी साडेसात दशलक्ष डॉलर्सची रक्कम मिळणार होती. पुढे दोन वेळा ह्या कराराचे नूतनीकरण होताना ही रक्कम दुपटीने वाढत गेली. सचिनने आंतरराष्ट्रीय स्तरावर कमालीची ख्याति मिळवलेली होतीच. आता त्याच्या मिळकतीची तुलना इतर खेळातल्या खेळाडूंशीही व्हायला लागली.

हायलाइट

१९९५ मध्ये सचिनने भारतीय क्रीडा क्षेत्रात विक्रमी ठरेल अशा करारावर स्वाक्षरी केली. मस्कारन्हस् याने सचिनसाठी ५ वर्षांचा ७.५ दक्षलक्ष डॉलर रकमेचा करार करून दिला.

सचिनचा उदय हा अनेक पंडितांनी भारतीय अर्थव्यवस्थेच्या बदलाशी जोडला. भारत जगात एक महासत्ता म्हणून उदय पावत असल्याचे अनेकांचे म्हणणे होते. १९९१ मध्येच भारतीय अर्थव्यस्थेने कात टाकली. त्यामुळे देशातले एकूणच वातावरण बदलले होते. नव्या आकांक्षा बाळगणारा मध्यमवर्ग आता पुढे येऊ पहात होता. सचिनचे बरेच चाहते ह्या वर्गातले होते. एक काळ होता जेव्हा क्रिकेटपटूला मुश्किलीने दिवसाला अडीचशे रुपये मिळायचे. हे दिवस आता इतिहासजमा झाले होते. आज बऱ्याच आंतरराष्ट्रीय खेळाडूंना जाहीरातीद्वारे आणि पुरस्कर्त्यांमार्फत मिळणारे पैसे त्यांच्या मंडळाकडून किंवा संघटनेकडून मिळणाऱ्या पैशापेक्षा खूपच अधिक असतात.

बहुतेक खेळाडू अशा जाहिरातबाजीमध्ये वहावतही जातात. पण सचिनने संयम दाखवला. तो वहावत गेला नाही. तो बऱ्याच जाहिरातीत झळकला. पण त्याने त्याचे रहाणीमान त्याची वागण्या बोलण्याची शैली लगेचच बदलली नाही. त्याचे पाय जमिनीवरच राहिले. त्याने क्रिकेटवरची निष्ठा कायम ठेवली. त्याच्या घरचे वातावरण त्याला कधी बिघडवू शकले नाही.

त्याला चित्रपट बघण्याचे, वेगवान गाड्यांचे जरूर वेड. पण त्याने आदर्शवत वागत आपले छंद, आपली आवड मर्यादित ठेवली. जरूर नंतरच्या काही ताऱ्यांनी सुद्धा त्याचा आदर्श ठेवला. टेनिसपटू रॉजर फेडरर (सचिन आणि त्याच्यात अनोखे स्नेहबंध आहेत) ह्याने सचिन सारखेच रहाण्या वागण्याचा प्रयत्न नेहमी केला. यशाने हुरळून जायचे नाही आणि प्रतिकूल परिस्थितीत डगमगायचे नाही. हा दोघांचा मंत्र.

५

प्रकरण

आघाडीवर राहून नेतृत्व

“ मी नेतृत्व करायला तयार आहे. कारण माझ्याकडे मुंबई आणि पश्चिम विभागाचे नेतृत्व करण्याचा अडीचेक वर्षाचा अनुभव आहे. देशाला जेव्हा केव्हा माझी गरज वाटेल तेव्हा मी तयार असेन.

– सचिन तेंडुलकर

''मी नेतृत्व करायला तयार आहे कारण माझ्याकडे मुंबई आणि पश्चिम विभागाचे नेतृत्व करण्याचा अडीचेक वर्षाचा अनुभव आहे. देशाला जेव्हा केव्हा माझी गरज वाटेल तेव्हा मी तयार असेन''. १९९६ च्या जुलै मध्ये सचिन तेंडुलकरचे हे भाष्य होते. त्या सुमारास भारतीय संघाची स्थिती बिकट होती. इंग्लिश दौऱ्यात आधीचा कर्णधार अझरुद्दीन संपल्याचं जाणवत होतं. सचिनला ऐनवेळी नेतृत्व करावं लागलं होतं. आता त्याने आणीबाणीच्या वेळीच नव्हे तर कायमचे कर्णधारपद स्वीकारण्याची तयारी दर्शवली होती.

अर्थात त्याने ही वेळ कर्णधार होण्यासाठी चांगली नाही हेही कबूल केलं होतं. तो म्हणाला होता, ''जेव्हा तुम्ही कर्णधार होता तेव्हा असला विचार करत नसता. आताची वेळ कर्णधार होण्यासाठी नक्कीच योग्य नाहीये. पण जर का देशाची स्थिती बिकट असेल तर मदतीसाठी धावणं कर्तव्यच ठरतं.''

कर्णधार पद हे काटेरी मुकुटासारखं असतं ह्याची चांगली कल्पना त्याला थोड्याच अवधित आली. त्याने बहुधा अशी अपेक्षा केली नसावी. त्याच्या आदर्शवत आणि झळाळत्या कारकिर्दीत पहिल्यांदा त्याच्या वाट्याला जबर आव्हान आलं होतं. भारतीय संघ मैदानावर आणि मैदानाबाहेर विस्कळीत झाल्यासारखा होता. तेंडुलकरची ८ ऑगस्ट १९९६ ह्या दिवशी वयाच्या २३ व्या वर्षी कर्णधार म्हणून निवड झाली. तो भारताचा लहान वयातला दुसऱ्या क्रमांकाचा कर्णधार ठरला होता. त्याची गुणवत्ता आणि त्याची कामगिरी पहाता त्याच्यावरचे दडपण आता खूपच वाढले होते. नेहमीप्रमाणे भारताला चमत्कार घडवणारी व्यक्ती हवी होती आणि तेंडुलकर मध्ये प्रत्येक क्रिकेटपटूला स्वप्नवत वाटाव्यात अशा सगळ्या गोष्टी भरलेल्या होत्या.

सिंगर चषक स्पर्धेत त्याच्या नेतृत्वाची पहिली परीक्षा होती. त्याने

शतक मारले पण भारताला अंतिम फेरीपर्यंत पहोचता आले नव्हते. तरीही सचिनचा जोष, त्याचा उत्साह ह्यामुळे संघात चैतन्य जरूर परतल्याचे दिसत होते. त्याच्या चाहत्यांमध्येही नवा उत्साह संचारला होता. नंतरच्या सहारा चषक स्पर्धेतही भारताच्या वाट्याला पराभवच आला तरी सुद्धा सचिनचे कौतुकचं झाले होते. त्याने नेतृत्व करण्यात कुचराई केली नव्हती. पण भारताला बॉर्डर–गावस्कर चषक कसोटी मालिकेत जय मिळाला. दिल्लीला भारताने ऑस्ट्रेलियावर मात केली. नंतर होती टायटन चषक स्पर्धा, दक्षिण आफ्रिकेचा २–१ असा पराभव करून ती भारताने जिंकली.

दक्षिण आफ्रिकेत मात्र कसोटी आणि एक दिवसीय दोन्ही मालिका गमावण्याची नामुष्की भारतावर आली. ही बाब नव्या कर्णधाराच्या मनाला लागली. भारताची कामगिरी चांगली व्हायला हवी होती असे त्याचे मत होते. काही वेळा थोड्या फरकाने पराभव झाला होता. पण धावफलक तरी दक्षिण आफ्रिका विजयी हेच दर्शविणारं होते. वेस्ट इंडिजचा ह्या नंतरचा दौरा तर अधिकच निराशा करून गेला. गोलंदाज जवागल श्रीनाथ दुखापतीमुळे उपलब्ध झाला नाही. ही बाब नुकसानदायक ठरली. निवड समितीने बदली गोलंदाज म्हणून पाठवलेल्या ऑफस्पीनर नोएल डेव्हिडवर कर्णधाराने विश्वास टाकला नाही. नेहमीप्रमाणे निवड समिती आणि कर्णधार ह्यांच्यातले राजकारण चव्हाट्यावर आले होते. इथेच ह्या दोघांमधला मधुचंद्र संपला.

१९९७ च्या जुलै मध्ये तेंडुलकरचे नेतृत्व वर्षभरासाठी कायम केले गेले. पुरंदरे म्हणतात, हा निर्णय योग्य तो पर्याय न मिळाल्याने घेतला गेला होता. १९९७ च्या सप्टेंबर मध्ये मिड डेच्या क्लेटन मुर्झेल्लो याला

जगातल्या सगळ्यात जबाबदाऱ्यांपैकी भारतीय संघाचे नेतृत्व करणे ही सर्वात कठीण जबाबदारी. ▶

POWER

मुलाखत देताना सचिनने उघडपणे सांगितलं होतं, त्याला हवा तसा संघ दिला गेला नव्हता. ''आम्ही आमच्या पूर्ण ताकदीनिशी गेले वर्षभर खेळलो नाही. आम्ही कसून प्रयत्न केले. पण शेवटी निकाल आमच्या बाजूने लागले नाहीत,'' तो म्हणाला होता. तशात त्याचा स्वत:चा फॉर्म त्याला दगा देऊन गेला होता.

ड्रेसिंग रूममध्येही खेळीमेळीचं वातावरण नव्हतं. खूपच अनुभवी आणि अगदीच नवखे असे खेळाडू बरोबरीने भरलेला संघ असल्याने त्यांच्यात सुसंवाद नव्हता. ताळमेळ नव्हता. मनोज प्रभाकरने नंतर सामना निश्चितीचे प्रकरण उघड केले होते आणि २००० साली ह्या प्रकरणाने क्रिकेट जगतालाच हादरवले होते. पाकिस्तानात दगडफेकीचा प्रकार मैदानात घडल्यावर सचिनने संघालाच मैदाना बाहेर नेले होते. ही घटना पाकिस्तानच्या पत्रकार मंडळीना रूचली नव्हती.

हायलाइट

तेंडुलकरची ८ ऑगस्ट १९९६ ह्या दिवशी वयाच्या २३ व्या वर्षी कर्णधार म्हणून निवड झाली. तो भारताचा लहान वयातला दुसऱ्या क्रमांकाचा कर्णधार ठरला.

शारजाहाला झालेल्या चौरंगी चॅम्पियन्स क्रिकेट स्पर्धेत माजी कर्णधार अझर आणि भारतीय संघ दोघांची कामगिरी खराब झाली. श्रीलंकेविरुद्धच्या एक दिवसीय मालिकेतही अझरला सूर गवसला नाही. तेव्हा त्याला त्याच्या कामगिरीबद्दल तंबी दिली गेली. ह्या मालिकेनंतर सचिनने स्पष्ट केलं त्याला कर्णधार रहाण्यात स्वारस्य नाही. पण त्याला राजीनामा न

देण्याबाबत सांगितल गेलं. एखाद्याला नेमण्याचे किंवा काढून टाकण्याचे अधिकार त्याच्याकडे नव्हते.

तेंडुलकर एक दिवसीय सामन्यांपेक्षा कसोटी सामन्यात नेतृत्व करताना फलंदाज म्हणून अधिक चमकला. त्याच्या नेतृत्वाखाली भारताने १७ कसोटी सामन्यांपैकी तीन कसोटीत विजय मिळवले. चार कसोटीत पराभव स्वीकारले आणि दहा कसोटी सामने अनिर्णीत राहिले. त्याने एकूण चार शतके आणि चार अर्धशतके नोंदवली. साधारण ४५ ची सरासरी त्याने गाठली. तर ५४ एक दिवसीय सामन्यांमध्ये भारताला ३१ सामने गमवावे लागले आणि त्याची फलंदाजीतली सरासरीही ३७ अशी सामान्य होती. जी त्याच्याबाबतीत अनाकलनीय होती.

१९९८ च्या जानेवारीत अझरुद्दीन पुन्हा भारतीय संघाचा कर्णधार नेमला गेला. कारण दिलं गेलं नेतृत्वाच्या जबाबदारीमुळे सचिनच्या फलंदाजीवर परिणाम होतोय. आणि तसं ते खरंही होतं. पण राजकारण, तोंडावर एक पाठीमागे वेगळं बोळणं आणि कट कारस्थान रचणं हे निवड समितीचे उद्योग उघडकीला आले होते. निवड समितीचे अध्यक्ष आणि सचिन तेंडुलकरचे खंदे पुरस्कर्ते रमाकांत देसाई ह्यांनी विधान केलं होतं ''निवड समिती हे स्पष्ट करू इच्छिते की त्याची खिलाडू वृत्ती, त्याचा लढाऊ बाणा, सारा दोष स्वतःकडे घ्यायचा मोठेपणा ह्या साऱ्याचे कौतुक करावे तेवढे थोडे आहे. फारच थोड्या कर्णधारांना प्रतिकूल परिस्थितीशी झुंजता येते जे त्याला जमते. असं असले तरीही आम्हांला तो कर्णधारापेक्षा धावा काढणारा फलंदाज म्हणून गरजेचा वाटतो.''

तेंडुलकरचे नेतृत्व गेल्यावर खालेद अन्सारी ह्यांनी म्हटले होतं ''त्याची पदावन्नती झाल्यानंतर सचिनने कर्णधाराला आणि संघाला शंभर टक्के योगदान दिलंय आणि काल परवाच्या त्याच्या ५४ आणि ६७ धावांच्या खेळी त्याने पकडलेले चार झेल आणि गोलंदाजीत त्याने २४

धावा देऊन घेतलेला एक बळी ही कामगिरी हेच दर्शवतेय की नेतृत्वाच्या जबाबदारीतून मोकळं झाल्यावर तो खुळेपणाने परत खेळायला लागलाय आणि खेळाचा आनंद फुटायला लागलाय.''

इतिहासाने दाखवून दिलंय एक यशस्वी कर्णधार होण्यासाठी तुमच्याकडे जबरदस्त प्रतिभा हवी असं नाही. तुमच्याकडे क्रिकेटमधले बारकावे आणि नेतृत्वाची कला हवी आणि व्यवस्थापन करणे जमले पाहिजे. तसेच व्युहरचना करता आली पाहिजे. योजना आखल्या आल्या पाहिजेत. सचिनकडे क्रिकेटचे पुरेपूर ज्ञान होते. पण नेतृत्वाच्या जबाबदारीचे दडपण आणि निवड समितीचा दुटप्पीपणा ह्याने त्याचा घात चालवला होता. जगातल्या सर्व कार्यात भारतीय संघाचे नेतृत्व करणे ही बाब सर्वात कठीण मानायला हवी.

इतिहासाने दाखवून दिलंच. नेतृत्वाच्या जबाबदारीतून मुक्त झाल्यावर सचिन अधिकच तेजाने तळपायला लागला.

६

प्रकरण

ऑस्ट्रेलियावर मात

“मला सारखी भयानक स्वप्न पडतात... सचिन पुढे सरसावलाय आणि त्याने माझा चेंडू माझ्या डोक्यावरून षटकारासाठी सीमारेषेबाहेर भिरकावलाय...

– शेन वॉर्न

ऑस्ट्रेलियाचा क्रिकेटपटू

कर्णधारपद गेल्यानंतर सचिनला पहिले आव्हान स्वीकारायचे होते ते ऑस्ट्रेलियाशी दोन हात करण्याचे आणि क्रिकेट विश्वाला हादरवणाऱ्या शेन वॉर्नशी मुकाबला करण्याचे. २९ वर्षांनंतर भारताला भारतात हरवण्याची संधी ऑस्ट्रेलिया शोधत होता. त्यांच्यासाठी हे इप्सित साध्य करण्याच्या मार्गात दोनच अडसर होते. एक सचिन तेंडुलकरचा आणि दुसरा चेन्नईतल्या सचिन तेंडुलकरचा.

खरं म्हणजे सचिनने जगातल्या प्रत्येक मैदानावर भरीव कामगिरी केलेली असली तरी सुद्धा चेन्नईच्या मैदानावर त्याची कामगिरी कांकणभर सरसच होताना दिसली होती. भारतातले त्याचे पहिले कसोटी शतक त्याने चेन्नईच्याच चिदंबरम् स्टेडियमवर झळकवले होते. १९९३ च्या फेब्रुवारीतली त्याची ती १६५ धावांची खेळी म्हणजे त्याची पाचवी कसोटीतली शतक खेळी होती. वयाची विशी गाठण्याआधी पाच कसोटी शतके नावावर लावणारा तो पहिलाच खेळाडू ठरला होता. क्रिकेट पंडित उगीचच तेंडुलकरला महान आणि परिपक्व मानत नव्हते.

ऑस्ट्रेलिया विरूद्धच्या कसोटीच्या चौथ्या दिवशी १५५ धावा काढणारा सचिन आता नेतृत्वाच्या जबाबदारीतून मुक्त झाल्याने खरोखरच खुलेपणाने खेळायला लागल्याचे स्पष्ट झाले होते. प्रेक्षक आणि समालोचकांच्या मते त्याची ही सर्वात सुंदर ठरावी अशी शतकी खेळी होती. १९९८ मध्ये त्याच्या नावावर १५ शतकं होती. त्यातले हे सर्वात सुंदर ठरावे असे शतक होते. वॉर्न, मार्क वॉ, गॉबिन रॉबिन्सन ह्यापैकी कुणीही आणि तिघं मिळूनही त्याच्यावर जराही प्रभाव पाडू शकले नव्हते. त्याच्या नाबाद १५५ धावांमुळे भारताला ४ बाद ४१८ धावसंख्येवर डाव घोषित करता आला होता. ह्यानंतर ऑस्ट्रेलियाचा दुसरा डाव गुंडाळणे एवढंच काम बाकी होतं. ते भारतीय गोलंदाजांनी व्यवस्थितपणे पार पाडलं आणि भारताला १७९ धावांचा विजय साजरा करायला मिळाला.

कोलकत्याची दुसरी कसोटीही भारतानेच जिंकली. कर्णधार अझरलाही सूर गवसला होता. त्याचे शतके लागले. पण सचिनच्या ७९ धावांच्या खेळीने वॉर्नला सपशेल थंड केले होते. बंगलोरच्या तिसऱ्या कसोटीत ऑस्ट्रेलियाने थोडी शान राखली होती. तरीसुद्धा सचिनच्या १७७ धावांच्या खेळीने त्यांना झाकोळलेच होते.

बंगलोरला ऑस्ट्रेलियाचा महान गोलंदाज डेनिस लिलीने सचिनला फलंदाजी करताना पाहून म्हटले, ''तो जगातला एक सर्वोत्कृष्ट फलंदाज आहे. ह्याबद्दल वादच नाही. मी बघितलेल्या सगळ्या चांगल्या फलंदाजांमध्ये त्याचा सहज समावेश होईल... मला वाटतं ते जबरदस्त आहे.''

१९९९च्या शाहजाहच्या कोका कोला चषक स्पर्धेत ऑस्ट्रेलिया, न्यूझीलंड आणि भारत असे तीन संघ भिडले होते. सचिनच्या ऑस्ट्रेलिया विरूद्धच्या १४३ धावांच्या खेळीची टीकाकार, लेखक आणि समालोचक मुक्त कंठाने प्रशंसा करत राहिले. ऑस्ट्रेलियाचा माजी कर्णधार रिकी बेनॉने टिप्पणी केली होती, ''आम्ही आपल्या काळातली एक महान खेळी पाहिली.''

त्यावेळी मी मिड डे साठी लिहिलं होतं, ''ही खेळी निव्वळ भारताला विजय मिळवून देणारी नव्हती तर भारताला अंतिम फेरीत घेऊन जाणारी होती. ही खेळी एवढी थरारक आणि खळबळ जनक होती की त्या खेळीने इथे उपस्थित प्रेक्षक, सहकारी, समीक्षक, प्रतिस्पर्धी सर्वांनाच भारून टाकलं होतं. सचिन फलंदाज म्हणून किती श्रेष्ठ आहे ह्याला हे सगळे साक्षी होते.

त्या दिवशी सचिन ऐन भरात होता. त्याने धूर्तपणे आपल्या फिरकीने

सचिनसाठी चांगल्या गोष्टी तेव्हा दिसायला लागल्या जेव्हा १९९८ मध्ये त्याची तुलना थेट महान डॉन ब्रॅडमन यांच्याशी होऊ लागली. ▶

DLF IPL

मार्क वॉला ८१ धावांवर चकवले होते. नंतर डीप स्क्वेअर लेगवरून एका थेट फेकीने स्टीव वॉला धावबाद केले. पण जेव्हा तो फलंदाजीला उतरला तेव्हा त्याची प्रतिभा चरणसीमेवर जणू पोहचली होती. त्याने नुसती घणाघाती फटक्यांची आतषबाजी केली नव्हती आणि चौकारांची माळ लावली नव्हती तर त्याने आपल्या सहकारी फलंदाजांमध्येही ईर्षा उत्पन्न केली होती. व्ही व्ही एस लक्ष्मणशी त्याची जोडी जमली आणि प्रतिस्पर्धी कर्णधार स्टीव वॉ निराशेने पाय आपटताना दिसला.

तेंडुलकर बाद झाला आणि सामन्याचा नूर पलटला. पण भारताने अंतिम फेरीत प्रवेश केलेला होता. २४ एप्रिलला सचिनचा ३५ वा वाढदिवस होता आणि त्याच दिवशी कोका कोला चषक स्पर्धेची अंतिम झुंज होती. सचिनची पत्नी अंजलीने सामना बघायला जायचं टाळलं होतं. आपल्यामुळे सचिनला व्यत्यय नको असं तिला वाटत होतं. पण सचिनने उलट तिला काही भेट द्यायचं तर ठरवलं नव्हतं ना? त्याच्या त्या १४३ धावांच्या खेळीने ऑस्ट्रेलियाचा पालापाचोळा केला होता. आधी जेव्हा कर्णधार अझरूद्दीनने नाणेफेक जिंकून प्रथम क्षेत्ररक्षण स्वीकारले तेव्हा त्याचा निर्णय चुकीचा ठरणार असे वाटू लागले होते. ऑस्ट्रेलियाने उभारलेली २७२ ही धावसंख्या त्या स्पर्धेतली सर्वाधिक धावसंख्या होती पण सचिन स्थिरावल्यावर सगळ्या शंका कुशंकांना मूठमाती मिळाली होती. त्याची

हायलाइट

डॉन ब्रॅडमन ह्यांच्या २७ ऑगस्ट १९९७ च्या ९० व्या वाढदिवशी ॲडलेड येथे सचिनशी गप्पागोष्टी करण्यासाठी त्यांनी एक पूर्ण दुपार राखून ठेवली होती.

ही शतकी खेळी नुसती नाट्यपूर्ण नव्हती तर त्याची ही खेळी नियंत्रित आणि निष्ठुर वाटावी अशी होती. आपल्या कर्णधारासह त्याने भारताला विजयाची पायाभरणी करून दिली होती. दोघेही बाद झाल्यानंतर सुद्धा फारसे काही बिघडले नव्हते. ऑस्ट्रेलियन कर्णधार स्टीव वॉने योग्यपणे टिप्पणी केली होती... ''तो असा जोमात असल्यावर आपल्या हाती काही करायचे उरतच नाही.''

तेव्हा १९९८ हे साल सचिनसाठी नक्कीच संस्मरणीय होते.

महान क्रिकेटपटू सर डॉन बॅडमन बरोबर आधीपासून सुरू झालेल्या त्याच्या तुलनेला आता आणखी वजन प्राप्त झाले होते. महान ब्रॅडमन ह्या तरण्याबांड भारतीय ताऱ्याचे प्रशंसक झाल्याचे बोलले जात होते. आणि डॉन ब्रॅडमन ह्यांच्या २७ ऑगस्ट १९९७ च्या ९० व्या वाढदिवशी सचिनला ह्या महानायकाने निव्वळ जेवायलाच बोलावले नव्हते तर त्याच्याशी गप्पागोष्टी करण्यासाठी एक पूर्ण दुपार राखून ठेवली होती. ब्रॅडमनला आपल्या स्वत:च्या सन्मानासाठी भोजनाचा कार्यक्रम आखला जाणे पसंत नव्हते, पण त्यांनी आपणहून आताच्या युगातल्या दोघा क्रिकेटपटूंना – सचिन तेंडुलकर आणि शेन वॉर्न – ह्यांना भेटण्यासाठी बोलावले होते.

त्यांनी गप्पा मारताना मानसिकदृष्ट्या करावयाची तयारी आणि आपापली क्रिकेटशैली ह्यावर बोलून घेतले. दोनेक वर्षांपूर्वी ब्रॅडमनने म्हटले होते की त्यांना सचिनच्या खेळात त्यांची झाक जाणवते. आणि आपल्या ह्या मताशी ते शेवटपर्यंत चिकटून होते. सचिनचा उल्लेख त्यांनी ''लिटल बॉन्झर'' असा केला होता. पण सचिन, त्याची जेव्हा ब्रॅडमनशी तुलना होई तेव्हा नम्रपणे विधान करायचा. द टाइम्स ऑफ इंडिया मध्ये त्याने म्हटले होते, ''मला तसे वाटत नाही. माझ्या आणि त्यांच्या खेळात साम्य आहे आणि आमच्या शैली सारख्या आहेत असं ते सांगत

आलेत. मला तरी ही मोठी कौतुकाची पावती वाटते. ते स्वत: असं म्हणत असल्याने तर अधिकच चांगले वाटते. मला मिळालेली ही सर्वात मोठी शाबासकी आहे असे मी मानतो.''

त्याच महिन्यात सचिन भारताच्या राष्ट्रपतींकडून क्रीडाक्षेत्रातला सर्वोच्च सन्मान, ''भारत खेळ रत्न पुरस्कार'' स्वीकारता झाला. राष्ट्रपती नारायणन ह्यांनी त्याला तो सुपूर्द केला, ह्या पुरस्काराचे स्वरूप रुपये एक लाख, करंडक असे होते. २९ ऑगस्ट १९९८ ला एका खास समारंभात त्याला हा सन्मान दिला गेला.

सचिनसाठी हे एक सर्वोच्च वर्षांपैकी एक होते. त्याच्या एक दिवसीय सामन्यात नऊ शतकी खेळी झाल्या होत्या आणि त्याने वेस्ट इंडियाच्या डेसमँड हेन्सचा एक दिवसीय क्रिकेटमधला सर्वाधिक शतकांचा विक्रम मागे टाकला होता. कसोटी क्रिकेटमध्ये त्याची सरासरी ५० च्यावर पोहचली होती. सचिनचे चाहते आणि पाठीराखे आनंदात न्हाऊन निघाले होते. प्रतिस्पर्धी गोलंदाजांची स्थिती मात्र अवघड झाली होती. शेन वॉर्नने त्यांची कथा चांगल्या शब्दांत मांडली होती ''मला सारखी भयानक स्वप्न पडतात... सचिन पुढे सरसावलाय आणि त्याने माझा चेंडू माझ्या डोक्यावरून षटकारासाठी सीमारेषेबाहेर भिरकावलाय... असेच सारखे दिसत असते.''

८

प्रकरण

शेकडो सलाम

“ मी तुम्हाला सांगतो, मला कधीही कुणी येऊन भेटलं नाही आणि संघाच्या बैठकीत कधी अशी चर्चा आमच्यात होत नव्हती. मला आठवतंय १९९९-2000 च्या सुमारास खूपच कठीण काळ होता. आमची ऑस्ट्रेलिया विरूद्ध लढत होती आणि त्या आधी हे प्रकरण उघडकीला आलं होतं. एक क्रिकेटपटू म्हणून मला तरी एकच गोष्ट हवी होती, आपला आवडता खेळ स्वच्छ रहायला हवा होता.

– सचिन तेंडुलकर

पुढचं वर्ष सचिन तेंडुलकरसाठी बिकट स्वरूपाचं होतं. १९९८ मधल्या चमकदार कामगिरीनंतर त्याचा जोष (फॉर्म) खालावला होता आणि पाठदुखीने त्याला सतावलं होतं. वर्षाच्या मध्यावधीत सारं जग विश्वचषक स्पर्धेसाठी आकृष्ट झालं होतं. १९ मे ला भारताची गाठ लिसेस्टरला झिम्बाब्वेशी पडणार होती. भारतीय संघाचे प्रशिक्षक अंशुमन गायकवाड ह्यांना सामन्याच्या आदल्या रात्री फोन आला आणि अत्यंत वाईट बातमी होती. रमेश तेंडुलकर हृदयविकाराच्या तीव्र झटक्याने निधन पावले होते. गायकवाडला ही बातमी सचिनला सांगता येणे जमेल असे वाटत नव्हते. अंजली तेव्हा लंडनमध्येच होती. ते तिच्या सतत संपर्कात राहिले होते. पुरंदरे म्हणतात, ''सचिनने त्या वेळची हकीकत सांगताना म्हटलं होतं जेव्हा लिसेस्टरला असताना अंजलीने मला बाबा गेल्याचे सांगितले तेव्हा माझा त्यावर विश्वासच बसला नव्हता. सर्वात प्रथम मला घरी जायला हवं हाच विचार मनामध्ये आला होता.''

१९ मे ला सचिन पत्नीसह घरी रवाना झाला. देशभरात दुःखाचे सावट पसरले होते. दादरच्या स्मशानभूमीत अंत्यसंस्कार विधी पार पडला. दरम्यान भारताला झिम्बाब्वेकडून पराभव पत्करावा लागला होता. सचिनला लगेचच इंग्लंडला बोलावणे संयुक्तिक ठरणार नव्हते.

घडले मात्र तसेच सचिन तात्काळ इंग्लंडला केनया विरूद्धच्या लढती आधी परतला होता. तो त्या बद्दल सांगतो, ''माझ्या आईला मी घरी गेलो तेव्हा भरून आलं होतं. पण तिने मला बजावले, बाबांचे अंत्यसंस्कार झाल्यावर मी लगेचच इंग्लंडला गेलं पाहिजे. बाबांना हीच गोष्ट पसंत पडली असती. सारा देश मला खेळायला पाहू इच्छितोय. विश्वचषक स्पर्धा ही भारतासाठी महत्त्वाची स्पर्धा आहे आणि मी घरी थांबणं योग्य ठरणार नव्हतं. मी अंत्यविधी झाल्यावर लगेचच्या उपलब्ध विमानाने निघालो आणि संघाला येऊन मिळालो.''

अशा प्रकारच्या निष्ठेमुळेच सचिन तमाम भारतीयांचा लाडका बनला आणि क्रिकेटमधला सर्वश्रेष्ठ झाला. भारतीय संघ दु:खातही त्याने दाखवलेल्या सभ्यतेवर आणि व्यावसायिकतेवर भारून गेला. प्रतिभा तुम्हांला पुढे नेते पण ध्येयवाद चिकाटी, धैर्यवान वृत्ती आणि खंबीरपणा तसेच चांगले चारित्र्य ह्या गोष्टी एकत्र आल्या की तो माणूस विजेता – अपराजित ठरतो.

केनया विरूद्धची लढत भारतासाठी महत्त्वाची होती. सचिन खेळायला उतरला तेव्हा भारताची धावसंख्या २ बाद ९० अशी होती. पहिली काही षटके तो थोडा अजमावून घेत होता. नंतर त्याचे खास ठेवणीतले फटके बसू लागले. त्याचे शतक लागले आणि त्याने आभाळाकडे निरागसतेने पाहिले. त्याची ती छबी जगभरातल्या प्रत्येक क्रिकेट चाहत्याच्या मनात उतरली. ते शतक त्याने आपल्या नुकत्याच दिवंगत झालेल्या पित्याला अर्पण केल्याचे स्पष्ट जाणवत होतं. ''मी काल वर पाहिलं.... त्यावेळी माझ्या मनात काय चाललं होतं ते सविस्तर सांगणं कठीणच आहे.'' असं तो नंतर म्हणाला.

त्याची खेळी तिथेच संपली नाही. डाव संपला तेव्हा तो १४० वर नाबाद होता आणि त्याचा मैदानावरचा साथीदार राहूल द्रविड सुद्धा शतक काढून होता. पण त्या क्षणांचा मानकरी सचिनच होता. द्रविड एक सद्‌गृहस्थ असल्याने त्याची कुठली त्याबद्दल तक्रार नव्हती. सचिनचे प्रयत्न वादातीत होते. स्वत: कर्णधार मोहम्मद अझरूद्दीन सचिन आणि द्रविड तंबूत येत असताना सीमारेषेत आला आणि त्याने सचिनची पाठ थोपटली.

१९९९ हे साल मात्र भारतीय क्रिकेटसाठी चांगले नव्हते. बऱ्याच

२००० च्या फेब्रुवारीत सचिनने नेतृत्व सोडले. ▶

वाईट घटना पुढे घडायच्या होत्या. विश्वचषक स्पर्धेतली भारताची मजल सुपर सिक्सच्या अंतिम टप्प्यात संपली. न्यूझीलंडने तिथे भारताचा पराभव केला होता. कारगिलला झालेल्या भारत-पाकिस्तान युद्धसदृश्य घटनांचे पडसाद क्रिकेट मध्येही उमटले होते. सचिनने म्हटलं तिथे कित्येकांचे बळी गेले. त्या घटनेने केलेले घाव ताजे आहेत. लगेचच क्रीडा संबंध सुरू करणे घाईचे ठरेल.

हायलाइट

सचिनने १९९९ च्या विश्वचषक सामन्यात केनिया विरूद्ध शतक बनविले. ते शतक त्याने नुकतेच दिवंगत झालेल्या आपल्या पित्याला अर्पण केले.

भारतीय संघ कर्णधाराच्या नाकर्तेपणानेही खची झालेला होता. अझरूद्दीनचा फॉर्मही गेला होता आणि त्याच्या नेतृत्वातली चमक धमक उरलेली नव्हती. शिवाय भारताला विजयाचा दुष्काळ जागवत होता. पुन्हा त्याचे नाव कर्णधारपदासाठी चर्चेला येऊ लागले होते तो आताही ही जबाबदारी घ्यायला तयार नव्हता. पण त्याला समजावले गेले. त्याने नेतृत्व स्वीकारायची तयारी दर्शवली. ह्याच वेळी त्याच्या पाठीच्या दुखण्याने कहर केला आणि त्याला खेळणे मुश्किल झाले. त्याला सक्तीची विश्रांती घ्यावी लागली आणि उपचार करून घ्यायची वेळ त्याच्यावर आली. पण जसा काळ पुढे सरकायला लागला तसे स्पष्ट होत गेलं, त्याच्यासाठी नेतृत्वाचे ओझे भारी ठरते आहे. त्याच्या फलंदाजीतला धमाका गायब झाला होता. आणि त्याचे नेतृत्व बचावात्मक अधिक झाले होते. ऑस्ट्रेलियाचा दौरा अगदीच खराब गेला होता.

२000च्या फेब्रुवारीत सचिन भारतीय क्रिकेट मंडळाच्या कार्यालयात गेला आणि त्याने आपल्या नेतृत्वाचा राजीनामा सादर केला.

थोडक्यात त्याने आपल्या तयार केलेल्या निवेदनात म्हटलं होतं की, आपण नेतृत्वाची जबाबदारी मनापासून घेतली नव्हती. पण ऑस्ट्रेलियामध्ये झालेल्या संघाच्या खराब कामगिरीची नैतिक जबाबदारी मात्र आपण स्वीकारत असल्याची कबुली त्याने दिली होती. त्याने मंडळाला नवा कर्णधार शोधण्यासाठी अवधी दिला होता. दक्षिण आफ्रिकेविरूद्ध सुरू असलेल्या मालिकेतल्या पुढच्या दोन कसोटी सामन्यांसाठी तो कर्णधार पदावर रहायला तयार होता.

निकटवर्तीय मात्र समजून चुकले होते सचिन अझरूद्दीनच्या भोवती चाललेल्या राजकारणात आणि प्रशिक्षक कपिलकडे आणि भारतीय क्रिकेट मंडळाचे चिटणीस जयवंत लेले ह्यांच्यातल्या साठमारीत नाहक गुरफटल्याने वैतागलेला होता. पण त्याहीपेक्षा भयंकर वाईट असं काही २000 मध्ये घडणार होतं. त्याने सारं क्रिकेट जगत हादरणार होतं.

२000 साली दिल्ली पोलीसांनी जाहीर केलं, मार्चमध्ये झालेलं एका दिवसीय सामन्याच्या वेळी दक्षिण आफ्रिकेचा कर्णधार हॅन्सी क्रोनिएने सामना निश्चिती केल्याचे त्यांना पुरावे मिळाले आहेत. ह्यानंतर बऱ्याच जणांची कारकीर्द उद्ध्वस्त झाली होती. खेळाडूंवरचा विश्वास उडाला होता आणि त्यानंतरच्या घडामोडी आजही खोलवर परिणाम करून राहिल्या आहेत. त्यावेळेस झालेल्या चौकशीत ज्या भारतीय खेळाडूंची नावे बाहेर आली त्यात होते. मोहम्मद अझरूद्दीन आणि अजय जाडेजा. अझरूद्दीन आणि क्रॉनिएवर आयुष्यभराची क्रिकेटवर बंदी आली आणि त्यांची कारकीर्द संपुष्टात आली, इतरांवर थोडी अल्प मुदतीची बंदी आली पण तरीसुद्धा ही शिक्षा तशी परिणामकारक नव्हती.

जेव्हा सामना निश्चिती प्रकरणाचा तपशील उघडकीस येत होता तेव्हा सचिन रणजी सामन्यात नाबाद २३३ धावांची खेळी करून होता. सचिनच्या मते ती त्याच्या कारकिर्दीतली एक सर्वोत्कृष्ठ खेळी होती. बहुधा सचिन बाहेर जो वादंग माजला होता त्याला आपल्या बॅटने उत्तर देऊ पहात होता. तेव्हा काहींना वाटत होतं सचिन सारख्या एकनिष्ठ अशा भारतीय क्रिकेटपटूने एखादं निवेदन द्यावं. सचिन ह्या सगळ्या प्रकरणापासून अलिप्त राहिला. त्याला कुठलाही वाद चिकटला नाही. मात्र क्रिकेटवर मोठा आघात झाला होता.

सुपर स्पोर्ट ह्या चैनलसाठी दक्षिण आफ्रिकेच्या मंडळाचे माजी अध्यक्ष डॉ. अली बाकर ह्यांना दिलेल्या मुलाखतीत सचिन म्हणाला होता ''मी तुम्हाला सांगतो मला कधीही कुणी येऊन भेटलं नाही आणि संघाच्या बैठकीत कधी अशी चर्चा आमच्यात होत नव्हती. मला आठवतयं १९९९-2000 च्या सुमारास खूपच कठीण काळ होता. आमची ऑस्ट्रेलिया विरूद्ध लढत होती आणि त्या आधी हे प्रकरण उघडकीला आलं होतं. एक क्रिकेटपटू म्हणून मला तरी एकच गोष्ट हवी होती, आपला आवडता खेळ स्वच्छ रहायला हवा होता.'' क्रिकलॉऊंज डॉट कॉम ह्या वेबसाईटने ह्या मुलाखतीचा हवाला दिला होता.

2000 सालापासून क्रिकेटपटू अशा तऱ्हेच्या घटनांवर दुर्दैवाने बोलायचे टाळू लागले.

८

प्रकरण

बिकट समय

"काळानुसार सारे काही बदलत असते, मला वाटतं सर्वांनी ही गोष्ट स्वीकारली पाहिजे.... ह्या दृष्टीने अमिताभ बच्चन हे एक चांगले उदाहरण आहे. वयानुसार त्याने आपल्या भूमिका बदलल्या आहेत.

– सचिन तेंडुलकर

सामना निश्चितीच्या महाभयंकर प्रकरणाने हादरलेल्या भारताला सावरायला जरासा वेळच लागला. क्रिकेटपटू आणि बुकी ह्यांच्यातले संबंध आणि ह्या बुकींचा ड्रेसिंग रूम मधला वावर ह्या गोष्टी ऐकून अनेक चाहत्यांना धक्काच बसला. जरी अशा प्रकारच्या वावड्या आधीपासून ऊठत होत्या तरी ही गोष्ट पचवणे कठीणच होते. पण हळु हळु ह्या सगळ्या गोष्टींकडे मंडळ, क्रिकेटपटू, प्रसिद्धी माध्यमे आणि चाहत्यांनी दुर्लक्ष करायला घेतले.

आता सौरव गांगुली भारताचा नवा कर्णधार झाला होता. त्याच्या नेतृत्वाखाली आणि तरण्याबांड भारतीय संघामार्फत भारतीय क्रिकेट पुन्हा आत्मविश्वास मिळवू पहात होते. २००१ साली गांगुलीच्या नेतृत्वाखाली संघाने बलवान ऑस्ट्रेलियाला तीन कसोटींच्या मालिकेत हरवण्याची करामत साधली. विशेष म्हणजे भारत असा अचाट पराक्रम करेल असे कुणाला वाटले नव्हते. एक दिवसीय मालिकेत ऑस्ट्रेलियाने जरूर आपला लौकिक कायम ठेवला. पण गांगुली आणि भारतीय संघ ह्यांना आत्मविश्वास गवसला होता हे जाणवायला लागलं होतं.

दक्षिण आफ्रिकेच्या दौऱ्यामध्ये मात्र अनपेक्षितरीत्या एक वादग्रस्त घटना घडली. सामनाधिकारी माईक डेनिस ह्यांना गांगुली, विरेंदर सेहवाग, हरभजन सिंग, दीपदास गुप्ता, शिव सुंदर दास आणि तेंडुलकर ह्या सहा जणांची वागणूक गैर वाटली. वारंवार त्यांचे अपील करणे आणि त्यांची अर्वाच्य भाषा डेनिसना खटकली होती. तेंडुलकरवर तर पुढे चेंडू कुरतडण्याचा आरोपही झाला.

भारताच्या ह्या होनहार पुत्रावर आरोप करताना डेनिस ह्यांनी नियमांचे उल्लघंन केल्याचे स्पष्ट झाले होते. कुठल्याही पंचाने तक्रार केली नव्हती, डेनिसने केवळ एका टीव्ही पत्रकाराने दाखवलेल्या चित्रिकरणाच्या भागावरून निष्कर्ष काढला होता. तेंडुलकरचे म्हणणे असे होते तो

चेंडूला लागलेला चिखल आणि गवत काढून टाकत होता. चित्रित झालेल्या भागात ते स्पष्ट दिसतही होते. नियमानुसार त्याने ही कृती पंचांच्या देखरेखीखाली करणे आवश्यक होते. पण तेवढ्यापुरतीच ती असंगत होती.

ह्या वादग्रस्त घटनेने नंतर आणखी विखारी रूप घेतले. वर्ण द्वेषाचा वास ह्या घटनेत काहींना आला. दिल्ली पोलीसांनी हॅन्सी क्रॉनिए प्रकरण उघडकीस आणले त्याचा बदला घेतला जातोय असा काहींना संशय वाटू लागला. भारतीय क्रिकेट मंडळाने ह्या प्रकरणी ताकदीने उडी घेतली. परिणामी सामनाधिकारी माईक डेनेसची गच्छंती झाली. भारतीय मंडळाने ताकद दाखवून देण्याची ही शेवटची वेळ ठरणार नव्हती खास.

त्यानंतर इंग्लंडचा संघ भारताच्या दौऱ्यावर आला. त्यांचे 'लक्ष्य' तेंडुलकरच होता. त्यांच्या गोलदांजांनी सचिनसाठी जवळपास शरीरवेधी गोलंदाजी करायची नीती अवलंबली. ह्यामुळे गाजलेल्या 'बॉडीलाईन' छाप क्रिकेटची आठवण अनेकांना आली. खरं तर भारतीय क्रिकेट चाहते आज कधी एकदा तेंडुलकर खेळायला येतो ह्या तयारीत रहायला लागले. त्याच्या आधीचे फलंदाज बाद झाले तर जल्लोष होऊ लागला. प्रतिस्पर्धी असा प्रत्येक संघ नेहमी त्याचा बळी लवकर मिळण्याची वाट पाहू लागला.

२००२ च्या जानेवारीत सचिन साठी आणखी एक वाईट बातमी आली. इंग्लडचा दौरा मध्यावर असताना सचिनचा खंदा पुरस्कर्ता मार्क मस्करेन्हास त्याच्या गाडीला झालेल्या अपघातात निर्वतल्याची ती वार्ता होती. ''मी हादरलोय'' सचिनने ह्यावर प्रतिक्रिया देताना सांगितले. ''तो माझा अतिशय जवळचा असा मित्र होता, घरच्यांपेक्षा सुद्धा खूप

२००७ मध्ये सचिनची कामगिरी त्याच्या खांदेदुखीमुळे खालवली. ▶

SAHARA

जवळचा असा कुणी होता.'' सचिन पुढे म्हणाला होता. इंग्लडच्या भारतीय दौरा आटोपल्यावर सचिनने आपल्या दुखणाऱ्या गुडघ्यावर उपचार घ्यायला सवड काढली. आणि त्याने वेस्ट इंडिज दौऱ्याच्या दृष्टीनेही तयारी करायला घेतली होती.

पोर्ट–ऑफ स्पेन इथल्या दुसऱ्या कसोटीत एक मैलाचा दगड पार करण्याच्या जवळ तो आला होता. त्याने सर डॉन ब्रॅडमन ह्याच्या २९ कसोटी शतकांच्या जागतिक विक्रमाशी इथे बरोबरी केली होती. जेव्हा भारतीय संघ इंग्लंडला गेला तेव्हा आणखी एक मोठा टप्पा त्याच्या प्रतिक्षेत होता. त्याची शंभरावी कसोटी तो इथे खेळत होता. ''सचिन हा राष्ट्रीय पुरुष आहे.'' गांगुलीने त्या कसोटी आधी आपल्या स्तंभात लिहिलं होतं, ''सचिन स्वत:चे विक्रम प्रस्थापित करेल ह्यात शंका नाही आणि त्याचा सहकारी ह्या नात्याने मी सांगतो त्याने आंतरराष्ट्रीय शतकांचे शतक साधले नाही तर मला आश्चर्य वाटेल.'' गांगुलीने ठामपणे असे मत नोंदवले होते. ओव्हलच्या शेवटच्या कसोटीत तो भाग्याचा क्षण आला. तो कसोटींचे शतक करणारा जगातला पंचवीसावा आणि सुनील गावस्कर, कपिलदेव आणि दिलीप वेंगसरकर ह्यांच्यानंतरचा चौथा भारतीय खेळाडू ठरला होता.

हायलाइट

तो कसोटींचे शतक करणारा जगातला २५ वा आणि सुनील गावस्कर, कपिलदेव आणि दिलीप वेंगसरकर ह्यांच्यानंतरचा चौथा भारतीय खेळाडू ठरला

२००३ मध्ये क्रिकेटचा कारवाँ विश्वचषक स्पर्धेकडे वळला होता. सुपरसिक्स मध्ये भारताने पाकिस्तानवर थरारक विजय मिळवत अंतिम फेरी गाठली होती. पण हे वर्ष भारताचे नव्हते. ह्या स्पर्धेत तीनतीन वेळा सामनावीर होण्याचा आणि शेवटी स्पर्धेतला सर्वोत्कृष्ट खेळाडू ठरण्याचा मान सचिनला मिळाला खरा पण विश्वचषकावर कब्जा मात्र ऑस्ट्रेलियानेच केला होता.

तोवर सतत खेळण्याचा त्राण सचिनच्या शरीरासाठी असह्य झाला होता. विश्वचषक स्पर्धा आटोपल्यावर आढळलं होतं त्याच्या उजव्या हाताच्या अनामिकेच्या बोटातल्या स्नायूचा पडदा पूर्णतया फाटला होता. तरीही सचिन नेटाने खेळत राहिला होता. २००५ मध्ये क्लेटन मुर्झेलो ह्यांना दिलेल्या मुलाखतीत त्याने त्याच्या जखमा आणि दुखण्यांवर कशी मात केली होती आणि त्याचे वय आणि त्याच्यात आलेली परिपक्वता ह्यांचा ह्या काळी कसा लाभ झाला होता हे सांगितलं. तो म्हणाला होता, ''काळानुसार सारे काही बदलत असते, मला वाटतं सर्वांनी ही गोष्ट स्वीकारली पाहिजे.... ह्या दृष्टीने अमिताभ बच्चन हे एक चांगले उदाहरण आहे. वयानुसार त्याने आपल्या भूमिका बदलल्या आहेत.''

भारताच्या सर्वात लोकप्रिय आणि आदरणीय अशा चित्रपट कलाकाराचे त्याने दिलेले उदाहरण नेमके होते. अमिताभने आपले वय लक्षात घेऊन त्या योग्य भूमिका निवडल्या आणि सतत झोतात रहाणे हा ज्या दुनियेचा स्थायीभाव आहे त्या दुनियेत वर्षानुवर्षे सदाबहार रहाण्याची किमया साधली. तसेच सचिनने सुद्धा भारतीय क्रिकेट संघातला एक श्रेष्ठ खेळाडू होण्याच्या ढाच्यात स्वतःला घातले. बरेच कर्णधार येत होते जात होते नवे तारे उदयाला येत होते पण सचिन ध्रुवासारखा अढळ होऊन राहिला होता. आणि आदर्शवतही. अनेकांप्रती एक

प्रेरणास्त्रोत होऊन राहिला होता.

तेंडुलकर एकामागोमाग एक विक्रम रचतच चालला होता. २००५ च्या डिसेंबरमध्ये दिल्लीला श्रीलंकेविरुद्ध त्याने आपले ३५ वे कसोटी शतक झळकवले आणि सुनील गावस्करचा बावीस वर्षे अबाधित असलेला सर्वाधिक ३४ कसोटी शतकांचा विक्रम मोडला. भारतीय संघाचे वादाच्या भोवऱ्यात सापडणे मात्र सुरू होते. आता प्रशिक्षक ग्रेग चॅपेल आणि कर्णधार सौरव गांगुली ह्यांच्यात वाद पेटला होता.

त्याचवेळी सचिनच्या बॅटमधील ताकद कमी झाल्याचा ओरडाही सुरू झाला होता. त्याला पुढचे शतक मारायला एक वर्ष आणि १७ डाव वाट पहावी लागली होती. त्याचे हे कसोटी शतक २००० च्या मे मध्ये बांग्लादेश विरुद्ध नोंदवले गेले होते. पण त्याच काळात त्याच्याकडून एक दिवसीय सामन्यांमध्ये चांगल्या शतकी खेळी होत होत्या. पाकिस्तान विरुद्धचे त्याचे शतक हे एकदिवसीय सामन्यातले त्याचे ३९ वे शतक होते ते प्रशंसनीय होते पण खांदे दुखी उपटल्याने त्याला थोडी माघारही घ्यावी लागली होती.

दरम्यान, चॅपेल बरोबरचे खटके सुरूच होते. परिणामी गांगुलीला जावे लागले होते. त्याच्या जागी राहुल द्रविडची कर्णधार म्हणून नेमणूक झाली होती. चॅपेलच्या मते तेंडुलकरचा दृष्टिकोन चुकीचा होता आणि चॅपेलला वाटत होते सचिनने आज फलंदाजीला जरा खालच्या क्रमांकावर यायला पाहिजे. सचिनने त्याला ठणकावून बजवाले. आजपर्यंत कुणीच त्याच्या खेळाशी एकनिष्ठ रहाण्याबाबत प्रश्न केलेला नव्हता त्याच्या ह्या प्रतिक्रियेवर भारतीय क्रिकेट मंडळाने त्याला नोटीसही बजावली होती.

२००७ मध्येही वेस्ट इंडिज मध्ये खेळवली गेलेली विश्वचषक स्पर्धा

भारतासाठी विसरण्या योग्य झाली होती. अतिशय खराब कामगिरी संघाकडून झाली होती. तेंडुलकरचा फलंदाजीतला क्रम आणि नीतीधर्म हरवलेला संघ, कशाचाही प्रभाव पडला नव्हता. सचिनने निवृत्त व्हावे असा धोशा आता सुरू झाला होता. अशी मागणी करणाऱ्यांमध्ये ग्रेग चॅपेलचा बंधू इयान सुद्धा सामिल झाला होता ही विशेष बाब होती.

९

प्रकरण

लखलखाट

> "विश्वचषक विजय हा माझ्या आयुष्यातला सर्वाधिक आनंदाचा क्षण होता... मी माझे आनंदाश्रु तेव्हा रोखू शकलो नाही.
>
> – सचिन तेंडुलकर

काही खेळ असे आहेत ज्यात तुम्ही २२ वर्षांचे होत नाही तोवर तुम्हांला संधी नसते. क्रिकेट हा असा एक खेळ आहे. सचिनचा जोष थोडासा उतरताच त्याच्या निवृत्ती बाबत आरडा ओरड सुरू झाली. त्याची कामगिरी वाईट नसताना सुद्धा ही ओरड वाढत चालली होती. विशेष म्हणजे त्याचा खेळ बघायला आताही अफाट गर्दी व्हायची पण पंडितांना मात्र वेगळं सुचत होतं.

२००७ सालची त्याची कामगिरी जशी घडत गेली त्यावरून सचिन ह्या पंडितांना खोटं ठरवायला निघाल्यासारखा खेळत होता, असच वाटत होतं. बांग्लादेश विरुद्धच्या मालिकेत तो सर्वोत्कृष्ठ खेळाडू ठरला होता. जुलैमध्ये नॉटिंगहॅमला इंग्लडविरुद्ध खेळताना त्याने अकरा हजार धावांचा टप्पा ओलांडला. असे करणारा तो फक्त तिसरा फलंदाज होता. इंग्लंडविरूद्ध सर्वाधिक धावा त्यानेच काढल्या आणि ह्याच कामगिरीची पुनरावृत्ती त्याने एक दिवसीय मालिकेतही केली होती, तीही ऑस्ट्रेलिया विरूद्ध. पण शंकेखोरांचे समाधान होत नव्हते. तो बऱ्याच वेळा नव्वदीत बाद झाला होता. त्यावरच अधिक चर्चा ही मंडळी करत राहिली.

२००७-०८ च्या मोसमात ऑस्ट्रेलियामध्ये झालेल्या बॉर्डर-गावस्कर करंडक कसोटी मालिकेत सचिनने दोन शतके नोंदवली. त्यातले एक होते सिडनीला त्या कसोटीत अनेक वादग्रस्त घटना घडल्या होत्या. हरभजन सिंगने वर्णद्वेषात्मक शेरेबाजी केल्याचा आरोप ह्या कसोटीत झाला होता. खराब पंचगिरीचा आरोप भारतीयांनी केला होता आणि अखिलाडूपणाबद्दल दोन्ही संघांनी एकमेकांना दोषी मानले होते. सचिनने १५४ धावांची खेळी केली होती. पण भारताचा पराभव झाला होता. अॅडलेड ओव्हलच्या मैदानावर त्याने १५३ धावा काढल्या. आणि सामना अनिर्णीत राखण्यास मोलाचे सहाय्य संघाला केले होते. नंतर

भारत–ऑस्ट्रेलिया–श्रीलंका ह्यांच्यात झालेल्या तिरंगी एक दिवसीय स्पर्धेत ब्रिस्बेनला त्याने एक दिवसीय क्रिकेटमध्ये सोळा हजार धावांचा टप्पाही ओलांडला.

त्याचा जोश कमी होणे आणि दुखापती हा सिलसिला सुरूच होता. त्याची कामगिरी झाकोळली गेली होती. पण तो फिरून चमकायला लागला. २०१० च्या डिसेंबरमध्ये दक्षिण आफ्रिकेतल्या सेंच्युरियन पार्क येथे त्याने ५० वे कसोटी शतक साजरे केले. एक दिवसीय सामन्यात द्विशतक ठोकणारा पहिला फलंदाज होण्याचा मानही त्याने मिळवला.

आता सचिनकडून दोन मोठ्या पराक्रमांची सर्वांना आस लागली होती. त्यातला एक होता. भारताला त्याने विश्वचषक जिंकून देण्याचा आणि दुसरा त्याच्याकडून आंतरराष्ट्रीय शतकांचे शतक काढण्याचा. २०११ मध्ये विश्वचषक स्पर्धेचे आयोजन भारतीय उपखंडात झाले होते. भारत–श्रीलंका आणि बांग्लादेश हे तिघे संयुक्तपणे यजमान होते. ३० मार्च २०११ ला भारताची गाठ पाकिस्तानशी उपांत्य फेरीत मोहाली येथे पडली. नेहमीप्रमाणे सामन्याला युद्धासारखं आणि उत्सवासारखंही असं वातावरण लाभलं होतं. दोन्ही संघांची प्रतिष्ठा पणाला होती. पण भारताने बाजी मारली. सचिनने ८५ धावा केल्या त्या सामन्यातला सर्वाधिक होत्या. त्यालाच सामनावीर म्हणून घोषित केले गेले.

ह्यानंतर फारशी विश्रांती मिळणार नव्हती. लगेचच म्हणजे २ एप्रिलला मुंबईच्या वानखेडे स्टेडियमवर भारत आणि श्रीलंका ह्याची अंतिम फेरीत झुंज होती. प्रेक्षकांच्या झुंडीच्या झुंडी लोटल्या होत्या. त्यांच्या आरोळ्यांनी आसमंत दणाणला होता. त्यांचा आवाज एवढा मोठा होता की नाणेफेकसुद्धा दोन वेळा करावी लागली होती. पहिल्या वेळेस

२०१२ एप्रिल, राज्यसभेचे सदस्यत्व स्विकारून त्याने सर्वांना आश्चर्याचा धक्का दिला. खेळत असताना असा बहुमान मिळविणारा तो पहिला खेळाडू होता.

पंचांना कुठल्या कर्णधराने काय म्हटले ते ऐकूच आले नव्हते. सर्वांच्या नजरा अर्थात सचिनवर खिळल्या होत्या. त्याने सुरुवातही दमदारपणे केली होती. १४ चेंडूत १८ धावा त्याने काढल्या होत्या. त्याच्या प्रत्येक फटक्याबरोबर प्रेक्षक बेभान होत होते. जेव्हा त्याचा झेल श्रीलंकेचा कर्णधार कुमार संगकाराने पकडला तेव्हा स्टेडियममध्ये एकदम शांतता पसरली होती. सचिन बाद होऊन तंबूत परतत होता. ते दृश्य प्रेक्षकांना पचवणे कठीण जात होते. कर्णधार धोनी, गौतम गंभीर आणि विराट कोहली ह्यांनी धडाकेबाज फलंदाजी करून भारताला वाचवले होते. कर्णधार धोनीने खणखणीत षटकार मारून दिमाखात सामना संपवला होता.

हायलाइट

२०१२ मध्ये आंतरराष्ट्रीय स्तरावर एक दिवसीय क्रिकेटमधून त्याने निवृत्ती पत्करली.

आता जल्लोष सुरू झाला होता. त्याचा केंद्रबिंदू सचिनच होता. घरच्या प्रेक्षकांसमोर त्याच्या सहकाऱ्यांनी त्याला खांद्यावर घेत विजयी फेरी काढली. हा एक चषक सचिनच्या भव्य संग्रहात जमा नव्हता. तो लाभल्याने त्याच्या संग्रहाची जणू पूर्ती झाली होती. ''विश्वचषक विजय हा माझ्या आयुष्यातला सर्वाधिक आनंदाचा क्षण होता... मी माझे आनंदाश्रु तेव्हा रोखू शकलो नाही.'' सचिन नंतर म्हटले होते.

सारे जग आता त्याच्याकडून दुसरा भव्य पराक्रम घडताना पहायला उत्सुक होते. २०११ हे साल भारतासाठी नंतर वाईट गेले. इंग्लंड दौऱ्यात भारताची कामगिरी एकदमच खराब झाली. सचिन दुखापतीशी

लढत राहिला आणि शेवटी संघाबाहेर राहिला. त्याचा अंतिम अडथळा पार व्हायचा बाकीच राहिला होता. २०११ च्या अखेरीस वेस्ट इंडिया विरूद्ध खेळताना दिल्लीला त्याने आणखी एक विक्रम नोंदवला. कसोटी क्रिकेटमध्ये पंधरा हजार धावा काढणारा तो एकमेव फलंदाज झाला होता.

१६ मार्च २०१२ पर्यंत सचिनला आणि जगाला त्या अद्‌भूत क्षणाची वाट बघावी लागली. सचिनला बांग्लादेश विरूद्ध पहिले शतक नोंदवायला मिळाले पण ही कामगिरी एवढ्यापुरीतच मर्यादित नव्हती. हे त्याचे शंभरावे आंतरराष्ट्रीय शतक होते. असं काही प्रत्येक खेळाडू फक्त स्वप्नात बघत असतो. प्रत्यक्षच हे स्वप्न उतरलेलं सचिनने पाहिलं. त्याने केलेला पराक्रम दुसरा कुणी करेल ह्याची शक्यता कमी होती. सचिन जरूर वयाने वाढला होता. पण असाही विक्रम त्याला खुणावत होते आणि ते मोडण्याची त्याच्यात क्षमता होती.

२०१२ मध्ये आंतरराष्ट्रीय स्तरावर एक दिवसीय क्रिकेटमधून त्याने निवृत्ती पत्करली. त्याने आयपीएल स्पर्धेत मात्र आणखी एक वर्ष खेळण्याचे ठरवले होते. २०१३ मध्ये त्याला ह्या स्पर्धेचे विजेतेपद मुंबई इंडियन्सला मिळवून द्यायचे होते. २०१३ मध्येच त्याने वयाची चाळीशी गाढली होती. चाळिशीतही खेळत रहाणे हे आजच्या जमान्यात अशक्यप्रत वाटावे असे होते. त्याचा निवृत्तीचा समय नक्कीच जवळ आला होता, पण सचिनला दुर्लक्षित करण्याचा मूर्खपणा कुणीही करायला तयार नव्हता.

मैदानाबाहेर सचिनने आपले आयुष्य खाजगी राखणेच पसंत केले होते. पण २०१२ च्या एप्रिलमध्ये त्याने राज्यसभा सदस्य होण्याचा मान स्वीकारून सर्वांना धक्का दिला होता.

सचिन खेळत असणार आणि त्यातही क्रिकेटपटू म्हणून पहिला

राज्यसभा सदस्य झाला होता. त्यानंतर तो संसदेच्या सभागृहात दिसू लागला. क्रिकेट सामने नसताना आणि अधिवेशन काळात त्याची उपस्थिती लक्षणीय होती. त्याला बऱ्याचदा विचारले जाऊ लागले, तो राजकारणात सक्रीय होणार का? पण त्याचे उत्तर ठरलेले होते, ''माझ्यासाठी क्रिकेट प्रथम पसंतीचे आहे.''

त्याचे हे विचार भारतासाठी आणि जगासाठी आनंदाचे आहेत. जोपर्यंत त्याला स्वत:ला तसे वाटतंय.

सचिन तेंडुलकर

संपूर्ण नाव	:	**सचिन रमेश तेंडुलकर**
जन्मतारीख	:	२४ एप्रिल १९७३
स्थळ	:	मुंबई
शैली	:	उजव्या हाताने फलंदाजी आणि उजव्या हाताने मध्यभागची / ऑफब्रेक / लेग ब्रेक गोलंदाजी
कसोटी पदार्पण	:	१५ नोव्हेंबर १९८९ रोजी पाकिस्तानविरूद्ध कराची येथे (१५ धावा)
एक दिवसीय पदार्पण	:	१८ डिसेंबर १९८९ रोजी पाकिस्तानविरूद्ध गुलदानवाला येथे (शून्य धावा)
२०-२० षटकांचे क्रिकेट पदार्पण	:	१ डिसेंबर २००६ रोजी दखिण आफ्रिकेविरूद्ध जोहान्सबर्ग येथे (१० धावा)

आकडेवारी : फलंदाजी

प्रकार	सामने	धावा	उच्चांक	सरासरी	स्ट्रा. रेट	१००	५०	सा वी
कसोटी	२००	१५९२१	२४८*	५३.७९	५४.०६	५१	६८	१४
एक दिवसीय	४६३	१८४२६	२००*	४४.८६	८६.२३	४९	९६	६२
२०-२०	१	१०	१०	१०.००	८३.३३	०	०	०

आकडेवारी : फलंदाजी

प्रकार	सामने	बळी	सर्वोत्तम	सरासरी	षटकामागे धावा	५ बळी डावात	१० बळी सामन्यात
कसोटी	२००	४६	१० धावांत ३ बळी	५४.१७	३.५१	०	०
एक दिवसीय	४६३	१५४	३२ धावांत ५ बळी	४४.४८	५.१०	२	०
२०-२० षटके	१	१	१२ धावांत १ बळी	१२.००	४.८०	०	०

संकलन : रजनीश गुप्ता

JAICO PUBLISHING HOUSE

Elevate Your Life. Transform Your World.

१९४६ साली स्थापन झालेल्या जयको पब्लिशिंग हाऊसने अनेक महान लेखकांचे साहित्य प्रकाशित केले आहे, उदाहरणार्थ, श्री श्री परमहंस योगानंद, ओशो, रॉबिन शर्मा, दीपक चोप्रा, स्टीव्हन हॉकिंग, एकनाथ ईश्वरन्, सर्वपल्ली राधाकृष्णन्, नीरद चौधरी, खुशवंत सिंग, मुल्क राज आनंद, जॉन मॅक्सवेल, केन ब्लान्चार्ड आणि ब्रायन ट्रेसी. २००० प्रकाशनांचा टप्पा ओलांडलेली आमची यादी देशातील सर्वाधिक बहुविध प्रकारच्या प्रकाशनांमधील एक आहे. धर्म, अध्यात्म, मन/शरीर/आत्मा, स्वयंसाहाय्य, व्यापार, पाककला, विनोद, करिअर, गेम्स, चरित्रे, ललित वाङ्मय आणि विज्ञान ह्या विषयांवरील पुस्तके या यादीत आहेत.

जयकोने आपले क्षितिज विस्तारले असून व्यवस्थापन आणि अभियांत्रिकीमधील शैक्षणिक आणि व्यावसायिक पुस्तकांचे ते एक अग्रगण्य प्रकाशक झाले आहेत. आमची महाविद्यालयीन पाठ्यपुस्तके आणि संदर्भ पुस्तके देशभरातील विद्यार्थी वापरीत आहेत. आमच्या शैक्षणिक आणि व्यावसायिक पुस्तकांचे यश मुख्यतः आमच्या एज्युकेशनल अँड कॉर्पोरेट सेल्स डिव्हिजन्सच्या प्रयत्नांतून लाभलेले आहे.

स्व. श्री. जमन शाह ह्यांनी जयको एक पुस्तक वितरण कंपनी म्हणून स्थापन केली. स्वातंत्र्य जवळ आलेले आहे असे ध्यानात आल्याने त्यांनी आपल्या कंपनीचे जयको ('जय' म्हणजे हिंदीत विजय ह्या अर्थी) असे सार्थ नाव ठेवले. एका विकसनशील देशात परवडणाऱ्या पुस्तकांना असलेली लक्षणीय मागणी पुरविण्यासाठी श्री. शाह ह्यांनी स्वतःची प्रकाशनसंस्था सुरू केली. इंग्लिश पेपरबॅक पुस्तके भारतात प्रथम प्रकाशित करण्याचा मान जयकोकडे जातो.

जयको आपली स्वतःची पुस्तके प्रकाशित आणि वितरित करण्याबरोबरच, मॅक्ग्रॉ हिल, पिअर्सन, सेन्गेज लर्निंग, जॉन वायली आणि एल्सेविअर सायन्स ह्या प्रमुख आंतरराष्ट्रीय प्रकाशकांची पुस्तके वितरित करते. जयकोचे मुख्यालय मुंबई येथे असून अहमदाबाद, बेंगलोर, भोपाल, भुबनेस्वर, चेन्नई, दिल्ली, हैद्राबाद, कोलकत्ता आणि लखनौ येथे इतर विक्री कार्यालये आहेत. ४० हून अधिक अधिकाऱ्यांचा आमचा विक्री चमू, डायरेक्ट मेल ऑर्डर डिव्हिजन आणि वेबसाईट यामुळे आमची पुस्तके देशातील सर्व शहरी आणि ग्रामीण भागांमध्ये परिणामकारतेने पोहोचण्याची खात्री होते.

SINCE 1946